ആമുഖം

നിദ്ര കൈയൊഴിഞ്ഞ രാത്രികളിൽ അനന്ത വിഹായസ്സിലെവിടെയോ പാർക്കുന്ന രാത്രിഞ്ചരനും, സ്നേഹം കൊണ്ട് മുറിവേറ്റവനെങ്കിലും ഏറെ പ്രണയാതുരനും, വിരഹത്തിന്റെ ലഹരി ആവോളം നുകർന്നവനും ജീവിച്ചു മതിവരാത്തവനുമായ ഒരു ആത്മാവും ഞാനുമേർപ്പെട്ട സംവാദങ്ങൾ വരികളായി കവിതകളായി നിങ്ങൾക്ക് മുന്നിൽ സമർപ്പിക്കുന്നു. ഈ കവിതാസമാഹാരത്തിന് അവതാരിക എഴുതാൻ എന്റെ പ്രിയ വായനക്കാരെ ആദരവോടെ ക്ഷണിക്കുന്നു.

സ്നേഹപൂർവ്വം,

നിങ്ങളുടെ സ്വന്തം.

ലിന്റ് ജാസ്മിൻ

കവിതകൾ

മഴ മറന്ന
സന്ധ്യകൾ

INSIGHT PUBLICA®

Nadakkavu, Kozhikode, Kerala, 673011
www.insightpublica.com
e-mail: insightpublica@gmail.com
Title: **Mazha Maranna Sandyakal**
(Malayalam Poems)
Author: **Linda Jasmine**
Cover Illustration: **Rajesh Mallarkandi**
First Edition: April 2023

Printed and Published by
InsightinPublica Printers & Publishers Pvt. Ltd.
ISBN 978-93-5517-358-4
₹ 250

മഴ മറന്ന സന്ധ്യകൾ

ലിന്റ് ജാസ്മിൻ

INSIGHT PUBLICA®

1966ൽ കോഴിക്കോട് ജില്ലയിലെ നടക്കാവിലാണ് ജനനം. കോഴിക്കോട് കോർപറേഷൻ ജീവനക്കാരനായ ശ്രീ. പി. ഹെൻറിയുടെയും ബി.ഇ.എം. ഹൈസ്കൂൾ റിട്ടയേർഡ് അദ്ധ്യാപിക ശ്രീമതി. തബിത ഗ്രേയ്സിന്റെയും മകളാണ്. സെന്റ് വിൻസെന്റ് ഹയർ സെക്കന്ററി സ്കൂൾ, മലബാർ ക്രിസ്ത്യൻ കോളേജ്, സെന്റ് വിൻസെന്റ് ടീച്ചേഴ്സ് ട്രെയിനിങ് ഇൻസ്റ്റിറ്റ്യൂട്ട് എന്നിവിടങ്ങളിലാണ് വിദ്യാഭ്യാസം. സി.എസ്.ഐ. കോർപ്പറേറ്റ് മാനേജ്മെന്റിന്റെ വിവിധ എയ്ഡഡ് സ്കൂളുകളിൽ അധ്യാപികയായും 15 വർഷം പ്രധാന അദ്ധ്യാപികയായും പ്രവർത്തിച്ചു. ഗവണ്മെന്റ് സർവ്വീസിൽ നിന്നും റിട്ടയർ ചെയ്ത ശ്രീ. ജയരാജ് വിൻസെന്റ് ആണ് ഭർത്താവ്. ലിജ്ന ജയരാജ്, ലൗജ ജയരാജ് എന്നിവരാണ് മക്കൾ.

ലിന്റ് ജാസ്മിൻ

സമർപ്പണം

ഉടലും ഉയിരുമേകി
ജന്മം തന്ന മാതാപിതാക്കൾക്കും
അറിവിന്റെ ലോകം തുറന്നു തന്ന
ഗുരുക്കന്മാർക്കും
അനുഭവങ്ങൾ സമ്മാനിച്ച
സുഹൃത് ബന്ധങ്ങൾക്കും
തണലായി കൂടെയുള്ള
തൻ പാതിക്കും കുഞ്ഞുങ്ങൾക്കും
എഴുത്തിനു പ്രചോദനമായ
ആത്മ സുഹൃത്തിനും.

ചിലപ്പോഴെങ്കിലും എല്ലാ തിരക്കുകളിൽ നിന്നും ഒഴിഞ്ഞ് ഒന്നു സ്വസ്ഥമായിരിക്കാൻ ആരാണ് കൊതിക്കാത്തത്?

അടുത്ത ജന്മമെങ്കിലും അല്ലലും അലച്ചിലും ഇല്ലാതെ അതിരുകളില്ലാത്ത സ്വപ്ന ലോകത്ത് പറന്നു നടക്കാൻ ആഗ്രഹിക്കുന്ന രണ്ടാത്മാക്കളുടെ ചിന്തകളിലൂടെ നമുക്കൊന്ന് കടന്നുപോയാലോ?

ദേശാടന പക്ഷികൾ

വരും ജന്മം നമുക്ക്
രണ്ട് ദേശാടന
പക്ഷികളാവണം
ഒന്നിനെ കുറിച്ചും
അലോസരമില്ലാതെ
അന്നന്നത്തെ അന്നം
മാത്രം സ്വപ്നം കണ്ട്
ചിറകുകൾ ചേർത്ത്
കൊക്കുകളുരുമ്മി
സ്വതന്ത്ര വിഹായസ്സിൽ
പറന്നുയരണം
പുഴകൾക്ക് മീതെയുള്ള
തണുത്ത കാറ്റിൽ
ഊയലാടി നാം
കുറുകുന്ന
സ്വകാര്യങ്ങൾ
ആഴങ്ങൾ ഏറ്റു
പാടണം...
മലമുകളിലുള്ള
വൻമരങ്ങളുടെ
ചില്ലകൾക്കിടയിൽ
കൂടു വെയ്ക്കണം
അവിടെയിരുന്ന്
ഉദയാസ്തമയങ്ങൾ
കാണണം...

ഒരിടത്തെ കാഴ്ചകൾ
മങ്ങുമ്പോൾ നിറമാർന്ന
മറ്റൊരിടത്ത് ചേക്കേറണം.
ആനന്ദങ്ങളിൽ...
അനുഭൂതികളിൽ...
സ്വയം മയങ്ങുകയും
സങ്കടങ്ങൾ
കാണാതിരിക്കയുമാവാം
നീണ്ടു പോകുന്ന
പാളങ്ങൾക്ക്
സമാന്തരമായി
പറക്കുമ്പോൾ അതിൽ
ചിതറിയരഞ്ഞ
ആത്മാ ക്കളുടെ
നിലവിളികൾ
കേൾക്കാതിരിക്കാൻ.
ചെവികളടച്ചേക്കുക
ദേവാലയങ്ങളിൽ
വിശുദ്ധിയന്വേഷിച്ച്
നിരാശപ്പെടരുത്...
അശാന്തിയുടെ
കൊടുങ്കാറ്റുകളിൽ
നാം ഉലഞ്ഞു പോയക്കാം...
കൊടികളുടെ നിറം
നയിക്കുന്ന ജാഥയിൽ
ഉൾചേർന്ന് സ്വയം
പണയപ്പെടരുത്...
അവസാന
ലേലത്തിൽ പോലും
തിരിച്ചെടുക്കാനാവാത്ത
വിധം നാം നഷ്ടപ്പെട്ടു പോവും...
ആകാശവും പുഴയും
ചുവപ്പ് പങ്കിട്ടെടുക്കും
സന്ധ്യയിൽ കടവിറങ്ങി
വന്നവളെ കാത്ത്
നിൽക്ക്ണ ചെറുപ്പക്കാരന്റെ

പ്രേമാദ്രമായ
മിഴികൾ കാണാൻ
നാം കാക്കുകയുമരുത്
പ്രണയം വാടുകയും
അവിഹിതം പൂക്കുന്നതുമായ
കെട്ട കാലത്തിന്റെ
കെട്ടുകാഴ്ചകൾക്ക്
നേരെ കണ്ണുകളടച്ചേക്കുക
താഴ്വരകളിൽ പണിത
പ്രൗഢഗംഭീരമായ
വില്ലയിലെ ചില്ല
ജാലകത്തിനുള്ളിലെ
കാഴ്ചകൾ കണ്ടില്ലെന്ന്
നടിച്ചേക്കണം
മുററത്തെ ഉദ്യാനത്തിൽ
വിരിഞ്ഞ
കടലാസ് പൂക്കളെ
പോലെയാണതിലെ
ബന്ധങ്ങളും
നിറമേയുള്ളു
ഗന്ധമില്ല.
നിശ്ശബ്ദമാണവിടം
വാക്കുകൾ മരണപ്പെട്ടിടം
മുന്നതവണ മികച്ച
ദമ്പതികൾക്കുള്ള
പുരസ്കാരങ്ങൾ
കരസ്ഥമാക്കിയ
അഭിനേതാക്കളുണ്ടവിടെ
പുറമേ സ്നേഹത്തിന്റെ
തേൻ പുഞ്ചിരി
പൊഴിക്കുന്നവരെങ്കിൽ
അകമേ വെറുപ്പിന്റെ
തിരികൾ പുകയ്ക്കുന്നവർ
പകരം നമുക്ക്
മലഞ്ചെരുവുകളിലെ
കുടിലുകളിലേക്ക്

മിഴികൾ ചേർക്കാം
ദാരിദ്ര്യത്തിന്റ കരച്ചിലും
ഉച്ചത്തിലുള്ള വഴക്കുകളും
കേട്ടെന്നിരിക്കും
എങ്കിലും ഉറങ്ങുമ്പോൾ
സ്നേഹത്തിന്റെ
നൂലിഴകൾ അവരെ
ചുറ്റിവരിഞ്ഞിരിക്കും.
പ്രിയേ ഈ കാഴ്ചകളൊന്നും
നമുക്കുള്ളവയല്ല.
നാം എന്നേ ഇതെല്ലാം
ഉപേക്ഷിച്ചു കളഞ്ഞിരിക്കുന്നു.
ഇനി നാം
സ്വതന്ത്രരാണ്.
വിതയ്ക്കാത്ത
കൊയ്യാത്ത അത്യന്തം
സ്വതന്ത്രരായ
ദേശാടന പക്ഷികൾ
പോയ ജന്മത്തിൽ
എന്തെന്ത്
വിചാരങ്ങളേറ്റ് ഹൃദയം
മുറിഞ്ഞവർ നാം...
പ്രിയതേ ഈ
ജന്മമെൻ
ഉടലിന്റെ ചൂടേറ്റ്
ഉയിരിന്റെ ഉയിരായ്
മയങ്ങു നീ സഖി...
മരപെയ്ത്തിൽ
നനഞ്ഞ തൂവലുണക്കാൻ
വന്ന കാറ്റിനോട്
കിന്നാരം പറഞ്ഞും
പുഴ നെഞ്ചിലേറ്റിയ
നമ്മുടെ ചിത്രങ്ങളെ
ഇമവെട്ടാതെ
മിഴികളിൽ ചേർത്തും
മുളംകാട്ടുകളുടെ

സംഗീതത്തിലലിഞ്ഞും
വനാന്തരങ്ങളുടെ ഉന്മാദ
ഗന്ധം തേടി
കാട്ടുപൂക്കളിലെ തേൻ
നുകർന്നും
എങ്ങെന്നില്ലാതെ
പറന്നകലാം സഖീ
കൂടെ നീയെങ്കിൽ
എന്തും എനിയ്ക്കു.
പ്രിയം തന്നെ സഖീ...
●

മനോഹരമായതൊന്നും കാലം വെച്ചേക്കില്ല എന്ന് കേട്ടിട്ടില്ലേ?
പിരിയാനോരോ കാരണങ്ങൾ തേടുന്നവരല്ല നാം.
ചില നിമിത്തങ്ങളാൽ അത് സംഭവിച്ചു പോകുന്നു. അത്രമാത്രം

മഴ മറന്ന സന്ധ്യകൾ

ത്രിസന്ധ്യയിൽ
തണുപ്പിന്റെ
മലയിറങ്ങിവന്ന
തുലാവർഷ ശീത-
ക്കാറ്റിൻ തുള്ളിയിൽ
നിൻ വിരൽ തുമ്പിൻ
സ്പർശമറിഞ്ഞു ഞാൻ
വീണ്ടും വീണ്ടും
അരുമയായ്
തലോടിയെൻ
നെറ്റിത്തടത്തിൽ
ചുംബിച്ചൊഴുകി -
അകന്നു പോകിലും
ഓരോ വരവിലും
നീയേകിയ
കുളിരോർമ്മകൾ
ഏത് പനി പുതപ്പിലാണ്
ഞാനൊളിപ്പിച്ചത്...
നിന്നോടൊപ്പം
നനയാൻ കാത്തു
വെച്ചിരുന്ന മഴകൾ
ഇനി ഒരിക്കലും
പെയ്യാനാവാതെ
എന്റെ മിഴികളിൽ
വറ്റി തുടങ്ങുന്നു.
നിലാവിന്റെ കടവിൽ
ഞാൻ കൂട്ടിവെച്ച
ഓമൽ കിനാക്കൾ

പുഴ ഒഴുക്കി
കളഞ്ഞിരിക്കുന്നു.
കട്ടം നിറമുള്ള
സ്വപ്നങ്ങൾ കണ്ടാൽ
കാലം അതു മാഴ്ക്കുമത്രേ!
അത്ര ചന്തമുള്ളതൊന്നും
കാണരുതെന്ന്!
ന്നിട്ടും ന്റെ സ്വപ്നങ്ങളിൽ
നീ നിറഞ്ഞു...
കട്ടം ചായങ്ങൾ
വാരിപ്പൂതച്ച്...
സ്നേഹത്തിന്റെ
പ്രണയത്തിന്റെ
കടുത്ത വർണ്ണങ്ങൾ
നിറഞ്ഞു നിന്ന കണ്ണിൽ
പൊള്ളിപനിക്കുന്ന
കിനാക്കളായ് നമ്മൾ
തെന്നിമായുന്ന
കാറ്റിൽ ഒപ്പം
നടന്ന നിഴലുകളായ്...
നീ മഴയും
ഞാൻ സന്ധ്യയുമായി...
ഉച്ചത്തിൽ ചിലച്ച്
തിരക്കിട്ടു പറന്നു
പോവും
പക്ഷികളായ്...
പാടലമാം
സാന്ധ്യ മേഘങ്ങൾ
താഴെ യെറിഞ്ഞ
മഴനൂലുകളിൽ
നിറമോലും രൂപ
കണങ്ങൾ തീർത്തു നാം
എന്നിട്ടും...
അകലാനാവില്ലെന്ന്
ആണയിട്ടവർ
നോവുന്ന പാട്ട്

ഉള്ളിലൊതുക്കി
ചിരിച്ചകന്നു.
ഇളം വെയിലിൽ
വിഷാദത്തിന്റെ
കറുത്ത പൂക്കൾ
പാറി വീണ് മിഴികൾ
പുഴ പോലെ
ചുവന്നൊഴുകി...
ഉള്ളിൽ വേദന
തീ പടർത്തുമ്പോഴും
കണ്ണുകളിൽ കട്ടും
വേനൽ നിറച്ച
വാശികൾ
കത്തിയെരിഞ്ഞു
കണ്ടുമുട്ടാറുള്ള
തീരങ്ങൾ
കണ്ണീരിനാൽ
മറഞ്ഞു.
ഇന്ന് ഞാനെവിടെയെന്ന്
നീയും...നീ
എവിടെയെന്ന് ഞാനും
തിരക്കാൻ...
മറന്നിരിക്കുന്നു
●

ചില സ്നേഹങ്ങൾ നിനച്ചിരിക്കാതെ പടികടന്നെത്തുന്നവയാണ്. പതിയെ അതൊരു ഭ്രാന്തായി നമ്മിൽ പടരും. എല്ലാം മിഥ്യയായിരുന്നുവെന്ന് ഒടുവിൽ തിരിച്ചറിയുന്നത് വരെ

പ്രായശ്ചിത്തം

നിലാപൂക്കളെ
നിങ്ങളിത്രമേൽ
ഒഴുകി പരക്കരുതേ
എന്റെ മിഴിനീരിന്റെ
തിളക്കം മറ്റാരും
കാണാതിരിക്കട്ടെ
രാപ്പാടികളെ നിങ്ങൾ
ഒന്നുറക്കെ പാടൂ
എന്റെ ഗദ്ഗദങ്ങൾ
ആരും കേൾക്കാതിരിക്കാൻ
രാത്രി മഴയേ
എന്റെ നെഞ്ചിലെ
തീയണയ്ക്കാൻ
ആവോളം പെയ്തിറ ങ്ങൂ
നിന്റെ തണുത്ത
കരങ്ങളിൽ
ഞാനിറ്റ് മയങ്ങട്ടെ
താരകങ്ങളെ
എന്റെ സ്വപ്നങ്ങളുടെ
തിളക്കം ഞാൻ
പകർന്നു തരുന്നു.
അത്രമേൽ പ്രകാശം
നിങ്ങൾക്കില്ല പോൽ!
മുകിൽ കൂട്ടങ്ങളെ
എന്റെ മോഹങ്ങളുടെ
നിറക്കൂട്ടുകളിൽ
അണിഞ്ഞൊരുങ്ങൂ

പലപ്പോഴായി ചാലിയ്ക്കപ്പെട്ട
വർണ്ണങ്ങളാണതിൽ...
വിഷം കുടിച്ച
മരിച്ച പുഴകളെ
എന്റെ വെന്ത
ഹൃദയം ഞാൻ
നിന്നിലൊഴുക്കുന്നു.
വഞ്ചനകൾ
തിരിച്ചറിയാതെ
സ്നേഹിച്ച നുറുങ്ങിയ
എന്റെ വെന്തഹൃദയം!
അമാവാസിയുടെ
പാപ ഗൃഹത്തിൽ
ഇനിയെന്റെ
പ്രായശ്ചിത്തം...
കണ്ണുകൾ
തുറക്കാതിരുന്നതിന്
കാതുകൾ
മൂടി വെച്ചതിന്
മനസ്സറിയാൻ
കഴിയാതിരുന്നതിന്
കടൽ അറിയാൻ
കൊതിച്ച് തിര
മാത്രം കണ്ടു
മടങ്ങിയവളുടെ
കരളുരുകിയ
പ്രായശ്ചിത്തം
ഇനിയൊരു വസന്തവും
ഇനിയൊരു സ്വപ്നവും
ഇനിയൊരു സന്ധ്യയും
ഇനിയൊരു ജന്മവും
നമ്മിൽ പടരാതിരിക്കട്ടെ.

●

ചിലയാത്ര പറച്ചിലുകൾ... അത് നല്ലതിനാണ്.
അഭിമാനം പണയപ്പെടുത്തി ഒന്നിലും തുടരാൻ ശ്രമിക്കരുത്.
ഇടമില്ലാത്തിടത്തു നിന്നൊരു ഇറങ്ങിപ്പോക്കു
തന്നെയാണഭികാമ്യം.

യാത്രാമൊഴി

എങ്ങനെയാണ്
നിന്നോട്
യാത്ര പറയേണ്ടത്?
പിരിയണമെന്ന്
ചിന്തിച്ചു തുടങ്ങിയിട്ട്
നാളേറെയായി...
പുതിയവയുടെ ഗന്ധം
നിറഞ്ഞു നിൽക്കുന്ന
നിന്നിൽ ഈ യാത്ര പറച്ചിൽ
വെറും പാഴ് വാക്കുകളാവും.
എങ്കിലും എന്തിനും
ഒരു വിരാമം
അനിവാര്യമല്ലേ?
അതുകൊണ്ട്...
അതുകൊണ്ട് മാത്രം.
ഇനിയൊരു
കൂടിച്ചേരൽ
ഇല്ലെന്ന് ഉറപ്പാക്കി
നാം പിരിയുകയാണ്.
പറയേണ്ട വാക്കുകളുടെ
ആഴവും വ്യാപ്തിയും
അളക്കണം.
ശബ്ദം കരച്ചിലിന്റെ

പാട്ടുപോലെ
ഇടറരുത്
ചോര വാർന്ന
അക്ഷരങ്ങൾ

പുറത്തേക്ക്
നീട്ടിയെറിഞ്ഞ്
വളരെ തണുത്ത
വാക്കിനാലാവണം
തുടങ്ങേണ്ടത്.
ദ്രുതതാളം കൊട്ടുന്ന
നെഞ്ചിനിടത്തു
വശത്തുള്ളവന്റെ
ഒച്ചയനക്കങ്ങൾ
ഒരു മുരടനക്കത്തിൽ
ഒളിപ്പിയ്ക്കാം.
ഒരുമിച്ചുണ്ടായിരുന്ന
ഇടങ്ങളിലേക്കോ
ദിനങ്ങളിലേക്കോ
കണ്ണെറിയരുത്.
അനുസരണയില്ലാതെ
ഈ കണ്ണുകൾ
എരിയുന്നതെന്തിന്?
അന്ന് കേട്ട
ഗസലുകളെയും
വെറുക്കണം,
വെറുതെ പോലും
മൂളരുത്...
മനസ്സിങ്ങനെ തീ
പിടിയ്ക്കുന്നത്
എന്തിനാണ്?.
തീപാറുന്ന
വാക്കുകൾക്കായി
ഒരു കനലെടുത്തവൾ
നാക്കിൽ വെച്ചു
കിതയ്ക്കുന്ന
വാക്കുകളുടെ
കൊട്ടുംവളവുകളിൽ
നിശ്വാസത്തിന്റെ
തണൽ വിരിച്ചു
കണ്ണുകളിലെ

നനവ് മായ്ക്കാൻ
വരണ്ട കാറ്റുകൾക്ക്
കരാറെഴുതി...
ഉള്ള് കാളുന്നില്ലെന്ന്
ബോധിപ്പിക്കാൻ
കുടമുല്ല പൂക്കളെ
നിരന്തരം
ചുണ്ടിൽ പടർത്തി
പുതിയ ബന്ധങ്ങളിൽ
ഊറ്റം കൊണ്ടവരുടെ
മുന്നിൽ പങ്കുപറ്റാനോ
ഊഴം കാക്കാനോ
കഴിയില്ലെന്നവളുടെ
കരളുറപ്പുള്ള യാത്രാമൊഴി.
ഹൃദയം
പണയപ്പെട്ടവളുടെ
കണ്ണീരിൽ കുതിർന്ന
യാത്രാമൊഴി.
മാനം കാത്തവളുടെ
കനലിൽ ചുട്ട
യാത്രാമൊഴി
●

ഭാവി, ഭൂതം, വർത്തമാനം എന്നിങ്ങനെ കാലങ്ങൾ മൂന്നുണ്ടെങ്കിലും ജീവിതത്തിൽ നമ്മുടെ നിമിഷങ്ങൾ അധികവും അപഹരിക്കുന്നത് ഓർമ്മകളും സ്വപ്നങ്ങളുമല്ലേ?

തടവ്

എക്കാലവും അവൾ
തടവിലായിരുന്നു.
സുഗന്ധം നിറഞ്ഞു
നിന്നിരുന്ന ഓർമ്മകളുടെ
തടവിൽ...
നിറങ്ങളാൽകളങ്ങൾ
തീർത്ത സ്വപ്നങ്ങളുടെ
തടവിൽ...
പൂവേലികൾ അതിരിട്ട
ഇടവഴികളുടെ
തടവിൽ...
പുഴയോരത്ത്
ഉണങ്ങാനിട്ട
പകലുകളുടെ
തടവിൽ...
ഉച്ചനേരം കടത്തു
പാട്ടിന്റെ താളത്തിനൊപ്പം
ഒഴുകിയകന്ന
വെയിൽ കുഞ്ഞുങ്ങളുടെ
തടവിൽ...
ചന്ദന മണമുള്ള
സന്ധ്യകളിലെ
കസവ് പുടവ
ചുറ്റിയ അമ്പല
യാത്രകളുടെ തടവിൽ
ഒളികണ്ണേറിന്റെയും
വാചാലമൗനങ്ങളുടെയും
തടവിൽ...

നിലാവു ചിരിച്ച
രാത്രിയിൽ പൂത്ത
മതിഭ്രമങ്ങളുടെ
തടവിൽ...
ഒരിയ്ക്കൽ...
തടവുമുറിയുടെ
സാക്ഷ നീക്കി
കാലം അവളെ
പുറത്തേക്ക് വിളിച്ചു
പുത്തനുണർവുകൾ
പുറത്തു കാത്തു
നിൽക്കുന്നുവെന്ന്
അവൾ ചിരിച്ചു...
പതുക്കെ പറഞ്ഞു
ഈ തടവ് സ്വയം
ബന്ധിതമാണ്.
കാലമേ നിന്റെ
പ്രയാണം തുടരൂ...
ഞാൻകൂടെയുണ്ട്.
എന്റെ ഇടവേളകളിൽ
ഞാൻ ഇനി
ഇവിടെയുറങ്ങട്ടെ
നീ മായ്ച്ചു കളഞ്ഞ
എന്റെ ഹൃദയ വസന്തങ്ങൾ
നീ കട്ടെടുത്ത
എന്റെചിരി നുറുങ്ങുകൾ
നീ കാറ്റിൽ പറത്തിയ
എന്റെ മയിൽപ്പീലിയിതളുകൾ
നീ കണ്ടു നിന്ന
എന്റെ തീരാ നോവുകൾ
എല്ലാം ഈ തടവിലാണ്.
എന്റെ ഇന്നലെകളും
ഇന്നും നാളെയുമെല്ലാം
ഇവിടെയാണ്
ഈ തടവിൽ...
ഇവിടെ മാത്രം

ഓർമ്മകൾ!
അതത്ര മേൽ പ്രിയമുള്ള ഒരാളുടേതാവുമ്പോൾ;
അവ നമ്മെ കൊന്നു കൊണ്ടേയിരിക്കും...
ഓരോ ഇരവിലും ഓരോ പകലിലും...

ഓർമ്മകൾ

വെറുതെയിരിയ്ക്കാൻ
എനിയ്ക്ക് പേടിയാണ്.
അപ്പോഴൊക്കെയും
നിന്റെ ഓർമ്മകൾ
എന്നെ കുത്തി
മുറിവേല്പിക്കും...
ഉറക്കം കവർന്നെടുത്ത്
ഭ്രാന്തിന്റെ വക്കിലേക്ക്
വലിച്ചെറിയും
വിഷാദത്തിന്റെ
കൊക്കകളിലെ
ചതുപ്പുകളിലേക്ക്
ചവിട്ടി ആഴ്ത്തും.
കണ്ണുകൾ കായലുകളാവും
ചുണ്ടുകൾ
ഭഗവതി കാവിലെ
കോമരം കണക്ക്
വിറ കൊള്ളും...
ഹൃദയം ചിതറി
നുറുങ്ങിയ
ചില്ലുപാത്രമാവും...
നിന്റെ ഓർമ്മകൾ!
അവ അറ്റമില്ലാത്ത
തീവണ്ടി പോലെ
എന്റെ തലച്ചോറിൽ
അവസാനമില്ലാത്ത
യാത്ര കുറിച്ചിരിക്കും...

ഒരു വെളിച്ചത്തിനും
കടന്നു കയറാനാവാതെ
ഒരു രാഗത്തിനും
തൊട്ടുണർത്താനാവാതെ
ഒരു ദൃശ്യത്തിനും
ഉള്ളുലയ്ക്കാനാകാതെ
അപ്പാടെ കാർന്നുതിന്ന്
എന്നെ അവ
ശ്വാസം മുട്ടിക്കും...
യാത്ര പറയാതെ
പോയ എന്റെ
സ്നേഹമെ നിന്റെ
ഓർമകളെയും കൂടെ
കൂട്ടാത്തതെന്ത്?
നഷ്ടത്തിന്റെ
കണക്കു പുസ്തകത്തിൽ
കണ്ണീർ ഭൂപടങ്ങൾ
വരച്ചു ചേർത്ത്
സൈ്വര്യതയുടെ
മേച്ചിൽപ്പുറങ്ങൾ തേടി
വീണ്ടും ഞാൻ
ഇന്നിന്റെ തിരക്കുകൾ
അന്വേഷിച്ചു തുടങ്ങും
●

*തിരക്കേറിയ പകലുകളേക്കാൾ ശാന്തമായ രാത്രികളെയാണെ
നിസ്സിഷ്ടം. പകൽ നടക്കാതെ പോയ മോഹങ്ങൾ
ചിലപ്പോൾ രാത്രിയിലെ സ്വപ്നങ്ങളിൽ സഫലമായാലോ?*

രാത്രികൾ

രാത്രിയുടെ നിശ്ശബ്ദ
നിഗൂഢതയിൽ ഏതോ
രാക്കുയിൽ പാടി
പതിഞ്ഞ
ഗാനത്തിന്റെ
പല്ലവികൾ വീണ്ടും
വീണ്ടുമെന്നെ കിനാവ്
പൂക്കുന്ന താഴ് വരയിലേക്ക്
കൊണ്ടുപോകുന്നു.
പുതപ്പിന്റെ
നെയ്ത്തിറക്കങ്ങളിലൂടെ
നക്ഷത്രങ്ങളെന്നോട്
കഥ പറയുന്ന രാവിൽ
ഒരിക്കലും നടക്കാത്ത
കുറെ സ്വപ്നങ്ങളുടെ
വിത്തുകൾ കണ്ണിലേക്കെറിഞ്ഞ്
പൂനിലാവ് വെളുക്കെ
ചിരിക്കുന്നു...
ഉള്ളിലെ വേവടങ്ങി
പുതുകിനാക്കൾ
വിരിയുന്നുവോ?
ചുണ്ടിൽ സ്മിതം
പകർന്നൊളി
ചിന്നിയൊരോർമ്മ
വീണ്ടും തളിർക്കുന്നുവോ?
എന്റെ കണ്ണുകൾ
മായാകാഴ്ചകളിലേക്ക്...
എന്റെ ആത്മാവ്

എന്നിൽ നിന്നകന്ന്
എങ്ങോ
പറന്നുയരുന്നു
ഞാൻ ഒഴുകുകയാണ്
എന്റെ മാത്രം
ഇടത്തിലെ പ്രിയങ്ങളിൽ...
രാത്രി പൂക്കുന്ന
നീലകടമ്പിലേക്ക്...
നഷ്ടങ്ങളുടെ നനഞ്ഞ
ഓർമ്മകളിലേക്ക്...
ഉറക്കം പാതി
മരണമെന്ന്
ആരോ ചെവിയിൽ
മൂളുന്നു...
മധുരം കുടിക്കുന്ന
മൗനങ്ങളും
പ്രണയം
കൊണ്ടു മാത്രം
പൂരിപ്പിക്കപ്പെടുന്ന
പിണക്കങ്ങളും
രാത്രികളുടെ മാത്രം
വിചാരണയ്ക്ക്
വിധിക്കപ്പെട്ടവരത്രേ!
ഞാൻ പതുക്കെ
വീണ്ടും ഒഴുകി...
കുന്നിൻ ചെരുവിലെ
കുറ്റൻ മരക്കൊമ്പിലെ
കുഞ്ഞു കൂട്ടിലെ
മൺചിരാത്
അണഞ്ഞിരുന്നു...
കുഞ്ഞിക്കിളിയിൽ
പാട്ടു നിർത്തി
ഉറങ്ങിയിരുന്നു...
ഇവിടെയായിരുന്നു
മന്ദാരങ്ങൾ നിറയെ
പൂത്തുനിന്നത്...

ശലഭങ്ങൾ തേൻ പാളികളിൽ
ഒളിച്ചു കളിച്ചത്...
പ്രതീക്ഷയുടെ
വിളക്ക് കൊളുത്തി
അവൾ പതിവായി
കാത്തുനിന്നതും
ഈ വഴികളിലത്രേ!.
അവളുടെ കണ്ണിൽ
നിറങ്ങൾ തുന്നിചേർത്ത
മഴവിൽ കൊടികൾ
ഉറങ്ങാൻ കിടന്നിരുന്നു..
ചുണ്ടുകളിൽ പറയാതെ
ഒളിച്ചുവെച്ച ആയിരം
പരിഭവ കൂട്ടങ്ങൾ
പടർന്നിരുന്നു.
ഹൃദയത്തിൽ
മറ്റാർക്കും
കണ്ടു പിടിക്കാൻ
കഴിയാത്ത രഹസ്യങ്ങളുടെ
താക്കോൽ
സൂക്ഷിച്ചിരുന്നു.
ഓരോ ചിരിയിലും
നൂറ് നൂറ് കിന്നാരങ്ങൾ പൂത്ത കനവുകൾ
മയങ്ങുകയായിരുന്നു.
എന്റേത് മാത്രമായിരുന്നവളെ
ഞാനെത്രമേൽ നിന്നെ
നെഞ്ചോട് ചേർത്തിരുന്നു.
കൊതി തീരും
മുമ്പ് മാഞ്ഞു മറഞ്ഞ കണ്ണീർ
ചിത്രങ്ങളായി നമ്മൾ...
അവളുടെ അവസാന
വാക്കിന്റെ വക്കിൽ
ഹൃദയം ഇടറി വീണതും
പുനർജനിക്കാൻ
കഴിയാത്ത വിധം
ഒരിക്കൽ

മരണപ്പെട്ടു പോയതും..
ഇവിടെ വെച്ചു തന്നെ!
ഇന്നും...
വരകളിൽ
വർണ്ണമായും
വരികളിൽ
ഈണമായും
ഓർമ്മകളിൽ
വസന്തമായും
ജീവനിൽ
പ്രണയമായും
അവനിൽ
അലിഞ്ഞിറങ്ങാറുണ്ടവൾ
ഒഴുകിയിറങ്ങുന്ന
കണ്ണീർ കണങ്ങളിൽ
സ്മൃതി മധുരങ്ങൾ
കലർത്തി...
ഇതുപോലെ
നിലാവു പൂക്കുന്ന
നീല രാവുകളിൽ
ഇപ്പോഴും!
●

*സ്നേഹം കൊണ്ടു മുറിവേറ്റവരെ ശ്രദ്ധിച്ചിട്ടുണ്ടോ?
പ്രത്യക്ഷത്തിൽ അവർ നിങ്ങളോടൊപ്പം ഉണ്ടെങ്കിലും
അവർ മറ്റൊരു ലോകം ഉള്ളിൽ കൊണ്ടു നടക്കുന്നവരാവും.
അവിടെ അവർ ചിരിയ്ക്കുകയും കരയുകയും പിറുപിറുക്കുകയും
ചെയ്യും. ഇനി മറ്റൊരു കൂട്ടർ ഇതിനൊന്നും കാത്തു
നിൽക്കാതെ എല്ലാം അവസാനിപ്പിച്ചുകളയും*

*വിഡ്ഢികളെന്ന് നാം അവരെ വിമർശിക്കുമെങ്കിലും തികഞ്ഞ
വിശ്വസ്തരായിരിക്കണം അവർ...*

കബനിയുടെ..ആഴങ്ങളിൽ

മടുപ്പിന്റെ വേനൽ
വന്നു നിറയുമ്പോഴെല്ലാം
ഇരുട്ടിന്റെ നാരായം
കടം വാങ്ങി
ആശ നിരാശകളുടെ
വരകൾ
വേർതിരിയ്ക്കാറുണ്ട്.
നിർവ്വികാരതയുടെ നരച്ച ക്യാൻവാസ്
പോൽ മലരുന്ന
മനസ്സിൽ തെളിയും
കോടമഞ്ഞിൽ
പുതഞ്ഞ തടിച്ച മരങ്ങൾക്കപ്പുറത്തേക്ക്
വെറുതെയെങ്കിലും
എന്റെ കണ്ണുകൾ
നീണ്ടു...
അതല്ലെങ്കിലും
അങ്ങനെയാണ്. നീ
എവിടെയോ മറഞ്ഞു
നിൽക്കുന്നുണ്ടെന്ന്
എപ്പോഴും വെറുതെ
തോന്നും...
നമ്മളിരിയ്ക്കാറുള്ള
ഈ സിമന്റ് ബെഞ്ചിൽ

ഇളം വെയിൽ ചാഞ്ഞു
തുടങ്ങുമീ... സായന്തനങ്ങളിൽ
നിന്റെതോളിലേക്ക്
ചാഞ്ഞിരുന്ന് ഒരുകൂട
സ്വപ്നങ്ങൾ കടം
കൊണ്ടതും വെറുതെ
ഓർക്കും...
.ഇപ്പോഴും എന്റെ
വാക്കുകൾക്ക് നീ
ചെവി തരുന്നുവെന്നും
പതുക്കെ മൂളുന്നുവെന്നും
കണ്ണുകളിൽ പരിഭവം
നിറച്ച് മൗനം കൊണ്ട്
വഴക്കിടുകയാണെന്നും
വെറുതെ...വെറുതെ
കരുതും...
നിനക്കേറെ
ഇഷ്ടമുള്ള ഈ
പുഴയോരത്ത്
നമ്മൾ ഒന്നിച്ചുണ്ടായ
പ്രഭാതങ്ങളും സന്ധ്യകളും
ചാരുതയാർന്ന
വർണ്ണ പൊട്ടുകൾ
നിറഞ്ഞ സ്പടിക
പാത്രംപോലെ കനവിലിന്നും
മനോജ്ഞമെങ്കിലും
ഈ ശൂന്യതയിൽ,
വീണ്ടും കുത്തിയൊഴുകാനൊരുങ്ങുന്ന
കബനി പോലെ
ഞാനും ചുവന്നു
തുടങ്ങുന്നു...
കബനീ...
എന്റെ പ്രിയപ്പെട്ടവളേ
ഞാൻ തന്നെയാണ് നീ.
വൃക്ഷഛായകളിലൂടെ
ഇടയ്ക്കിടെയെത്തുന്ന കാറ്റിന്റെ

പ്രണയ മർമ്മരങ്ങൾ
കേട്ട നീ ഒഴുകുമ്പോൾ
നിനക്കെന്തൊരു
തണുപ്പായിരുന്നു.
സൂര്യൻ നിന്നിൽ
വീണു തിളയ്ക്കുമ്പോഴേക്കും
നീ വൃക്ഷഛായയിൽ
നിന്നകന്ന് തനിച്ചായി
കഴിഞ്ഞിരിക്കും.
എന്നെ പോലെ!
പൊള്ളിപ്പനിക്കുന്ന
നിന്നെ യോർത്ത്
അപ്പോഴൊക്കെയും ഞാൻ
സങ്കടപ്പെട്ടുമായിരുന്നു
ഇനി നിനക്ക്
കൂട്ടായി ഞാനും
എന്റെ ഒപ്പമെന്നും
നീയും ഉണ്ടാവും...
നമുക്ക് മാത്രം
അറിയാവുന്ന ചില
രഹസ്യങ്ങളും...
ഇനിയുള്ള കാലം
നിന്നിലാഴ്ന്ന്
നിന്നോടൊപ്പം
ചേർന്നൊഴുകണം
നിന്റേത് മാത്രമായി...
നിന്റേത് മാത്രം...
●

ക്ഷമിച്ചാൽ തീരാവുന്ന പ്രശ്നങ്ങളേ നമുക്കുള്ളൂ.
ഒരുപക്ഷെ അതാണ് നമുക്ക് കഴിയാത്തതും.
വല്യപ്പ ചെറുപ്പങ്ങളുടെ ഈ ഗോയിൽ...
ജീവിതത്തെ മുക്കി കൊല്ലുന്നവരാണ് നമ്മൾ...

ജയപരാജയങ്ങൾ

മുറ്റമടിക്കാരിയുടെ
നിതംബ താളങ്ങൾ
അളന്നതിന് ഭാര്യ തന്ന
പുരസ്കാരത്തിന്റെ
അടയാളപ്പെടുത്തലുകൾ
പുരികത്തിന് മുകളിൽ
നീലിച്ചു കിടന്നു...
വറ്റിപ്പോയ
സ്നേഹത്തിന്റെ
കടുത്ത വേനൽ
പൊള്ളിക്കുന്ന രണ്ട്
ഹൃദയങ്ങൾ ഒരേ വീട്ടിൽ
തുടർന്നാൽ
അത് ദാമ്പത്യമായിട്ടും!
വൃത്ത ചമത്കാര
അലങ്കാര പ്രയോഗങ്ങളിൽ
പണ്ടേ അയാൾ മിടുക്കനായിരുന്നു.
അതിൽ ഭ്രമിച്ചാണ്
അവൾ ജീവിതത്തിലേക്ക് വന്നതും.
കാലം പിന്നിട്ടപ്പോൾ
വൃത്തത്തിന്റെ വ്യാസം കൂടി
അലങ്കാരം പേരിന്
മാത്രവുമായി...
കുട്ടികൾ ഉദ്യോഗത്തിനായി
മറുനാട്ടുകളിൽ ചേക്കേറിയപ്പോൾ
അയാളും അവളും തനിച്ചായി...
എപ്പോഴായിരുന്നു
വിശ്വാസത്തിന്റെ...

പരസ്പര ബഹുമാനത്തിന്റെ...
സ്നേഹത്തിന്റെ...
അവസാന തുള്ളിയും
നഷ്ടപ്പെട്ടത്?
കൗതുകം നശിച്ച
രണ്ടാത്മാക്കളായി തീർന്നത്?
പണക്കൊഴുപ്പിന്റെയും
ആഡംബരങ്ങളുടെയും
കാവലാളുകളായത്?
ഒടുക്കം വീര്യം കൂടിയ
പോരാളികളായി മാറിയത്?
വഴക്കിന്റെ വാതായനങ്ങൾ
തുറന്ന് കിളികൾ
ചിലച്ചു
കൊണ്ടേയിരുന്നു...
മഹാപ്രളയം അവർ
കണ്ണുകളിലൊളിപ്പിച്ചു
ചുണ്ടിൽ താളം
മുറിഞ്ഞ പാട്ടുകൾ
കൊണ്ട് മനോഹരമായ
പൂക്കൾ പടർത്തി.
കുറ്റപ്പെടുത്തലിന്റെയും
ഒറ്റപ്പെടലുകളുടെയും
ഓരോ നിമിഷങ്ങളും
തീഷ്ണമായ അനുഭവങ്ങൾ
സമ്മാനിച്ചു കടന്നുപോയി...
വീതിയേറിയ കട്ടിലിന്റെ
രണ്ടറ്റങ്ങളിൽ
പച്ച വെളിച്ചങ്ങൾ തേടി
രണ്ട് ലോകങ്ങളിലായി യാത്ര!
കാലങ്ങൾ കടന്നുപോകെ
അത്യധികം സ്നേഹിച്ചവർ
അങ്ങേയറ്റം വെറുക്കപ്പെട്ടവരാകുമോ?
യഥാർത്ഥ ജയ-
പരാജയങ്ങളുടെ
പൊരുളറിയാതെ
അങ്കം തുടരുന്നവർ

●

ചില പിണക്കങ്ങൾ അങ്ങനെയാണ്... ഇനിയൊരു മടക്കം സാധ്യമല്ലെന്ന് തോന്നിയാൽ എത്ര വലിയ ഹൃദയബന്ധമാണെങ്കിലും അതവസാനിപ്പിക്കുന്നതാവും നല്ലത്. തീരാ വേദനയാണെങ്കിൽ പോലും...

പെയ്തൊഴിയാതെ

ദിനരാത്രങ്ങൾ
കടന്നു പൊയ്ക്കൊണ്ടിരുന്നു.
വിരസതയുടെ വർണ്ണ
ശൂന്യത ഉള്ളുലച്ചു.
ഒരു വലിയ
രഹസ്യത്തിന്റെ
കാവൽക്കാരനെന്ന
ഹൃദയത്തിന്റെ
അഹങ്കാരം
അസ്തമിച്ചിരിക്കുന്നു.
എന്തൊരു
പ്രതിബദ്ധതയായിരുന്നു!
എത്രയെത്ര
വാഗ്ദാനങ്ങൾ!
എന്തോരം
വർണ്ണനകൾ!
എല്ലാം തീർന്നിരിക്കുന്നു...
നിന്നെ ഞാനും
എന്നെ നീയും
മറക്കാൻ
പഠിച്ചിരിയ്ക്കുന്നു...
കിഴക്കൻ കാറ്റിൽ
പരാഗരേണുക്കൾ
പിന്നെയും
പറന്നിറങ്ങി...
കണ്ണുകൾ അവയെ
തേടാനാവാത്തവിധം

മരവിച്ചിരുന്നു.
താഴ് വരയിൽ
പൂക്കൾ വിരിഞ്ഞു
കൊണ്ടേയിരുന്നു.
അവയുടെ ഗന്ധം
നുകരാനാവാത്ത വിധം
ഉള്ളിലെ ശലഭങ്ങൾ
മൃതിയടഞ്ഞിരുന്നു
മഞ്ഞ് പുതച്ച പുലർച്ചകൾക്കും
ഒട്ടും മാറ്റം വന്നിരുന്നില്ല
ഏറ്റെടുക്കേണ്ടിയിരുന്ന
ചേതന അതറിഞ്ഞില്ലെന്ന് മാത്രം.
ഈശ്വരനോടിറ്റു കരുണ
ഇരന്നുവാങ്ങാൻ
കൊതിക്കിൽ...
ഭക്തി സാന്ദ്രമായ
പ്രഭാത വന്ദന ഈണങ്ങൾ
ഏറ്റു പാടാനാവാതെ
അധരങ്ങൾ
വരണ്ടിരുന്നു.
വിഷാദം പെയ്തുറഞ്ഞ
നിമിഷങ്ങളിൽ വിരൂപ
മൂകമായ
ചിന്തകളുടെ ഒഴുക്കിൽ
മുറിഞ്ഞു പോയ
സ്നേഹത്തിന്റെ
കരിനിഴൽ വീണ
ഏടുകൾതെളിഞ്ഞു നിന്നു...
വിരഹത്തിന്റെ
ശീലുകൾ ചുണ്ടിൽ
കൊരുത്തേതോ
കോകിലം ഉച്ചത്തിൽ
പാടി കൊണ്ടിരുന്നു.
ആവരികളിലൊക്കെയും...
പോയ വസന്തത്തിന്റെ
മധുരനൊമ്പരങ്ങൾ

പതിഞ്ഞു കിടന്നു.
മഴയുടെ കണ്ണീർ
ചാലുകളേറ്റു വാങ്ങി
ഇല ചാർത്തുകൾ
ഓർമ്മകൾ കഴുകി
കളയുന്നുവെങ്കിലും
എന്നിൽ പെയ്ത
മഴ നിന്റെ...
രേഖാചിത്രം വരയ്ക്കുകയും
മായ്ക്കുകയും
ചെയ്തുകൊണ്ടിരുന്നു.
ഒരിയ്ക്കലും തോരാത്ത
മഴയായി...
എന്റെ
മിഴികളിൽ...
എന്റെ എഴുത്തുകളിൽ...
എന്റെ ചിന്തകളിൽ...
എന്റെ ഹൃദയത്തിൽ...
നീ ഇതുപോലെ
എന്നും പെയ്തു
കൊണ്ടേയിരിക്കും...
●

പണ്ടൊക്കെ പത്ത് വയസ്സ് കഴിഞ്ഞാൽ പെൺകുട്ടികളെ കാശുകാരുടെ വീട്ടിൽ വേലക്ക് പറഞ്ഞയയ്ക്കുന്ന രീതി ചിലയിടങ്ങളിലെങ്കിലും ഉണ്ടായിരുന്നു. അന്ന് മനുഷ്യാവകാശം ബാലാവകാശം തുടങ്ങിയ കമ്മീഷനുകൾ ഒന്നും തന്നെ നിലവിലില്ലായിരുന്നു. കുഞ്ഞുങ്ങൾ ജോലിയെടുക്കുന്ന വീട്ടിൽ അവർക്കെന്തും സംഭവിക്കാം. ആരും ചോദിക്കാനും പറയാനും ഉണ്ടായിരുന്നില്ല.

ചില സംഭവങ്ങൾ നമ്മളുമായി നേരിട്ട് ബന്ധമില്ലെങ്കിലും മനസ്സിന്റെ അടിത്തട്ടിൽ എവിടെയോ അതങ്ങനെ ആഴ്ന്ന് കിടക്കും. ഉത്തരമില്ലാത്ത കുറെ ചോദ്യങ്ങൾ അവശേഷിപ്പിച്ചു കൊണ്ട്... ചില ഏകാന്ത നിമിഷങ്ങൾ നമ്മോടൊപ്പം വീണ്ടും വീണ്ടും പങ്കിടാനെത്തുന്നത്രയും ആദ്രമായവ

ഓർമ്മകളിലെ ചിത

കല്പടവുകളിറങ്ങി
ചെല്ലുന്ന
ചതുരക്കുളത്തിലേക്ക്
എന്റെ ഓർമ്മകൾ
ഒരു കാലത്തെ
എല്ലാ ഉച്ചയുറക്കങ്ങളിലും
വെറുതെയെങ്കിലും
പോയി മടങ്ങാറുണ്ടായിരുന്നു.
മാമ്പൂവിന്റെ മണം
ഏറ്റുവാങ്ങിയ കാറ്റും
ഊഷരതയിൽ മയങ്ങി
നിന്ന മഞ്ഞവെയിലും
അകമ്പടി ക്കാരായ
സ്വപ്നത്തിൽ ഒരു
പതിനാറുകാരിയുടെ
ജഡം പായലിൽ
പുതഞ്ഞു
കിടന്നിരുന്നു...
ഉണരുമ്പോഴൊക്കെയും

നഷ്ടബോധത്തിന്റെ
വിഹ്വലതകളെന്നെ
അലോസരപ്പെടുത്തിയിരുന്നു...
ഇടവഴിക്കരികിലെ
മതിലിനടുത്തെ
അലക്കു കല്ലിൽ
താളാത്മകമായി
സംഗീതം പൊഴിച്ചവൾ...
പാത്രങ്ങൾക്കും
ചിരിയ്ക്കാനും കരയാനും
അറിയാമെന്ന് പഠിപ്പിച്ചവൾ...
പാദസരങ്ങളുടെ
കിലുക്കങ്ങൾക്കിടയിൽ
മുറ്റമടിയുടെ ദൈർഘ്യങ്ങൾ
അടയാളപ്പെടുത്തിയവൾ...
അവളുടെ കൗമാരത്തിന്റെ
തുടിപ്പ് ആ പടിപ്പുര
വീട്ടിലെ എല്ലാ പണികളും
അനുഭവിച്ചിരുന്നു
ഒടുക്കംകാവിലുൽസവം
കൊടികയറിയന്ന്
ചക്രവാള ചെരുവിലെ
മൂകതാരകങ്ങൾ
സാക്ഷിയായി
കാരണവരുടെ കള്ള് സഭ
അതനുഭവിച്ചറിയും
മുമ്പ് വരെ...
പ്രതിസ്ഥാനത്ത്
ചെണ്ടമേളങ്ങളും
കതിനവെടികളും!
അവളുടെ നിലവിളി
മുക്കി കളഞ്ഞതിന്...
ആളുകൾ അടക്കം പറഞ്ഞു!
മൂക്കത്ത് വിരൽ വെച്ചു!
കൈകൾ കൂട്ടി തിരുമ്മി!
സുന്ദരിയായ ഭാര്യ

തന്നോളം പോന്ന മക്കൾ!
എന്നിട്ടും അയാൾ!
അതും സംഘം ചേർന്ന്!
ഉദിച്ചുയർന്ന ഒരായിരം.
ചോദ്യങ്ങൾ?
വിസ്കിയുടെയും
ജിന്നിന്റെയും ലഹരിയിൽ
തുറിച്ചുന്തിയ
അയാളുടെ വലിയ
ചുവന്ന കണ്ണുകൾക്ക്
മുന്നിൽ എല്ലാം
നിശ്ശബ്ദമായി...
നാണ്യമ്മ മാത്രം
വേലിക്കൽ നിന്നും
നീട്ടി തുപ്പി
ഭ്രാന്തിന്റെ ബലത്തിൽ
ആ ചുവന്ന തുപ്പൽ
മുറ്റം കടന്ന് ചുമരിൽ
തട്ടി അയാളുടെ
മുഖത്തേക്ക് തെറിച്ചു
പിന്നെയും അവർ
പുലഭ്യങ്ങൾ
പലതും പുലമ്പി...
അന്നേരം ആ ശബ്ദം
സുബോധത്തിന്റെ
ഉച്ചസ്ഥായിലായിരുന്നു.
വർഷങ്ങളെത്ര
കടന്നുപോയിട്ടും
ഇന്നും കുളത്തിനടുത്തെ
ഇടവഴിയിലേക്ക്
തിരിഞ്ഞാൽ അന്നത്തെ കാറ്റും
അവളുടെ ഓർമകളും
കാടുപിടിച്ച പറമ്പും
എന്നെ വീണ്ടും വീണ്ടും
പിടി കൂടുന്നു

●

ഒരിക്കലെങ്കിലും പ്രണയിച്ചിട്ടില്ലാത്തവർ ഉണ്ടാകില്ല. നിസ്സാര കാരണത്താൽ പിണങ്ങി പിരിയുന്നവരും അധികമല്ല. പ്രണയം എത്രത്തോളം ഊഷ്മളമാണോ അത്രത്തോളം തീവ്രമാവും വിരഹവും... മറക്കുക എന്നു പറഞ്ഞാൽ എപ്പോഴും ഓർക്കുക എന്നു കൂടിയാണോ?

വിരഹം

മൗനം കനത്തു
തുടങ്ങുമ്പോൾ
നമ്മൾ മരിച്ചു
തുടങ്ങുന്നു.
ഹൃദയം കൂടുതൽ
മിണ്ടിതുടങ്ങുന്നത്
അപ്പോഴായിരിക്കും...
ഒരു കാറ്റിന്റെ തലോടൽ ഏറ്റു
വാങ്ങാൻ കൊതിക്കുന്ന
നീർ മുകിലാവും മനസ്സ്
പ്രണയത്തിന്റെ
പൊൻ തൂവൽ
നഷ്ടപ്പെട്ട ഓരോ
രാത്രികളിലും നീറുന്ന
ചകോരത്തിന്റെ
ഉൾത്തുടിപ്പാവും നാം
സ്നേഹത്തിന്റെ
തേനരുവികൾ
സിരകളിൽ
പതഞ്ഞൊഴുകും...
അന്യത്വത്തിന്റെ
അന്ധത നടിച്ച്
ഇടയിൽ തമോഗർത്തങ്ങൾ
തീർക്കുമ്പോഴും
ഉള്ളിലുദിച്ചുയരും
സ്മരണകൾ

വെൺസൂര്യന്റെ
തുടിപ്പോടെ
ആകാശഗംഗയിലെന്നപോൽ
പരന്നൊഴുകും
നമ്മെ നനച്ച മഴ
പെയ്ത്തുകളുടെ
ഈറൻ ഇനിയും
ഉണങ്ങിയിട്ടില്ല...
അകലുന്നില്ല നാം
ഒരിയ്ക്കലും
പിരിയുകയില്ലീ
ഹൃദയബന്ധവും...
വറ്റുകയില്ലീ
പ്രണയസാഗരങ്ങൾ
അണയുകയില്ലീ -
സ്നേഹത്തിൻ
നെയ്ത്തിരിനാളങ്ങൾ...
വിരഹം തീവ്രമായി
മുറിവേൽപ്പിക്കുമ്പോഴും
നിശ്ശബ്ദം നേരുന്നു
എല്ലാ മംഗളങ്ങളും...
●

സ്വപ്നജാലകം

പാതി ചാരിയ
ജാലകങ്ങൾ
എന്നുമെന്റെ
ദൗർബല്യമായിരുന്നു.
ബാല്യത്തിൽ പൂക്കളെ
തേടിയെത്തിയ
ശലഭങ്ങളുടെ
നേരനുഭവങ്ങളെന്നെ
ബോധ്യപ്പെടുത്തിയതും
പ്രണയാതുരമായ
ദിനങ്ങളിൽ എന്റെ
സ്വപ്നങ്ങൾ
വർണ്ണത്തുണ്ടുകളായ്
പറന്നു പൊങ്ങിയതും
പിന്നീടെപ്പോഴോ
മനോഹരമായ
സ്മരണകൾ
ആലേഖനം ചെയ്ത
നഷ്ട പ്രണയത്തിന്റെ
നെടുവീർപ്പുകൾ
അങ്ങകലെ
മുകിലുകൾക്ക്
പകർന്നു നൽകിയതും
ഒടുവിൽ വിവേകമറ്റ്
സ്വയം വരിച്ച മരണം
വിദൂരതയിലേക്കെന്നെ
കൊണ്ടു പോയതും ഈ
ജാലകത്തിലൂടെയത്രേ!

●

സ്നേഹം സ്വാർത്ഥമല്ലേ? സ്നേഹം വിട്ടു കൊടുക്കലാണ് എന്നൊക്കെ നമ്മൾ അധിക പ്രസംഗം നടത്താറുണ്ടെങ്കിലും സ്നേഹം പങ്കു വയ്ക്കപ്പെടുന്നു എന്നറിയുമ്പോൾ തകർന്നു പോകുന്നവരാണ് അധികവും. അതിപ്പോൾ ഏത് കാലത്തിലും ഏത് പ്രായത്തിലും അങ്ങനെ തന്നെയാണെന്നാണ് എനിക്ക് തോന്നുന്നത്. നിങ്ങൾക്കോ?

ഭിക്ഷാപാത്രം

അയാളുടെ കണ്ണുകളിൽ
ധാർഷ്ട്യമുണ്ടായിരുന്നു
സമ്പന്നനായിരുന്നു
എന്ന ധാഷ്ട്യം
വാക്കുകളിൽ
അഹന്ത നിറഞ്ഞിരുന്നു
പഴയ സ്വപ്നങ്ങളുടെ
പിന്നാമ്പുറക്കാരി
ഇപ്പോഴും അറപ്പുര
മലർക്കെ തുറന്ന്
അയാളെ കാത്തിരിക്കുന്നുവെന്ന്!
താലി കെട്ടിയവന്റെ
ഹൃദയം വിശാലമായതിനാൽ
ഇടയ്ക്കിടെ വീഡിയോ
ചാറ്റിലും വരുമത്രെ!
അതുകൊണ്ട്...
തിരക്കാണെന്ന്!
ഇത്തിരി സ്നേഹഭിക്ഷ
സമയമുണ്ടെങ്കിൽ
തരപ്പെടുത്താമെന്ന്!
തുല്യ നീതിയെ കുറിച്ച്
ആലോചിക്കാമെന്ന്!
സ്നേഹത്തിൽ മാത്രം
സമ്പന്നയായവൾക്ക്
തുല്യ നീതിയുടെ

ത്തുക്കങ്ങളെയോ
അളവുകോലിനെയോ
പരിചയമില്ലായിരുന്നു.
പങ്കുപറ്റലിന്റെ
ശീലക്കേടിൽ
പനി പിടിച്ച മയങ്ങിയ
രാക്കനവുകളിൽ
ത്തുക്കുവിളക്കുകൾ കെട്ടുപോയ
നീണ്ട ഇടനാഴിയിലെ
ഇരുട്ടിൽ ദുർഗ്ഗയെന്ന
പോൽ അവളാ
ഭിക്ഷാപാത്രം എറിഞ്ഞുടച്ചു
●

ആരും നിസ്സാരക്കാരല്ല. പ്രത്യേകിച്ചും ഉറുമ്പുകൾ.
ചിലപ്പോൾ അവരായിരിക്കും അവസാന
നിമിഷങ്ങളിൽ നമ്മുടെ ചേതനയേറ്റു വാങ്ങുന്നവർ

ശവം തീനികൾ

ഉറുമ്പുകൾ!
എന്നെ വലം വെച്ചു
പ്രാർത്ഥിക്കുമീ
കുഞ്ഞുറുമ്പുകൾ!
എവിടന്നാണിവറ്റ
വരുന്നത്?
ഒരല്പം മധുരം
ചേർത്തതൊന്നും
തന്നെ കിട്ടാറില്ല.
രോഗം വന്നാൽ
നോക്കാനാളില്ലത്രെ!
പകലിരവിന്റെ
ഏകാന്തതയിൽ
നിന്നെ കിനാവു
കണ്ടതിനാലാവും
കണ്ണുകൾ മധുരിക്കുന്നുവെന്ന്
ഉറുമ്പുകൾ പറഞ്ഞത്
നിന്റെ ചുംബനത്തിന്റെ
ബാക്കിപത്രം പോൽ
ചുണ്ടുകളിലുമുണ്ട്
സ്വല്പം തേൻ തുള്ളികൾ
നിന്റെ വിരലുകൾ
പതിഞ്ഞകഷായത്തിന്റെ
അളവുപാത്രത്തിന്
കൽക്കണ്ടത്തിന്റെ
രുചിയാണെന്ന്
ഉറുമ്പുകൾ
മന്ത്രിക്കുന്നു.

അന്നു നീ പോയതിൽ
പിന്നെയാണ് ഇവറ്റകൾ
എന്നെ തിന്നു
തുടങ്ങിയത്
ചലനമറ്റവന്റെ
ചേതനയ്ക്ക്
കരുത്തേറുമെന്ന്
പഠിപ്പിച്ചതും ഇവർ തന്നെ!
ദേഹം മുഴുവൻ
അരിച്ചാലും
കടിച്ച് കാർന്ന്
തിന്നാലും
ഒരക്ഷരം
ഉരിയാടാത്തവനെന്ന്
അടക്കം പറഞ്ഞ്
പല ദിക്കിലേക്കും
എന്നെ വീതം വെയ്ക്കുന്നവർ!
വല്ലാതെ മയങ്ങിപോകുന്നു.
നിൻ ഓർമ്മകൾ
പടർന്നു കയറിയ
ഹൃദയവും ഇവർ
കൈയടക്കി ചിരിക്കുന്നു.
നിലാവിൽ ഒഴുകി
വരുന്ന ഗസലിന്റെ
താളമാണതിനെന്ന്!
കാശിയിലും
കന്യാകുമാരിയിലും
മൂകാംബികയിലും
നീ വന്നിരുന്ന
യാത്രകളിലേക്ക്
ഒരു തവണ കൂടി
മനസ്സ് മടങ്ങുന്നു.
ഇഹലോകത്തിൽ
വിലക്കപ്പെട്ടവളേ
വിശുദ്ധ തീരങ്ങളിൽ
ഞാൻ നിന്നോടൊപ്പം

ചേരട്ടെ...
പാപ പുണ്യങ്ങളുടെ
കണക്കെടുപ്പിന്
ഗംഗയിൽ ഒറ്റയ്ക്ക്
ഒഴുകണമത്രേ!
മറുകരയിൽ
നീയാണല്ലോ
എൻ വഴികാട്ടി
അതും നിനച്ച്
ഞാൻ ഇത്തിരി
കൂടി ഉറങ്ങട്ടെ.
ആരോ എന്റെ
ദേഹം തുടയ്ക്കുന്നു.
വീര്യമേറിയ സുഗന്ധ
ലേപനംപുരട്ടുന്നു.
അവസാനത്തെ
ഉറുമ്പിനെയും
തുരത്തെറിഞ്ഞ്
ഒരായുസ്സിന്റെ
ഭാഗമായി
കരുതിയവരുടെ
കാഴ്ചക്കായി
ശീതികരിച്ച
പെട്ടിയിൽ കിടത്തുന്നു
കണ്ണാടിയ്ക്കപ്പുറം
ഉറുമ്പുകൾ എന്നെ
ഉറ്റുനോക്കുന്നുണ്ട്.
ഉറഞ്ഞ തണുപ്പിലും
ഉറഞ്ഞു തുള്ളും
സ്മരണകൾ
കട്ടെടുക്കാൻ ഒറ്റ
വരിതീർക്കും
അവറ്റയെ
ശവം തീനികളെന്ന്
പേർ ചൊല്ലി
ചവിട്ടിയരയ്ക്കുന്നു.

ആയുസ്സിന്റെ
അന്ത്യ യാമങ്ങളിലെ
ഒടുവിലെ ചിന്തകൾ
പങ്കിട്ടവരാണവർ
ശവം തീനികളെങ്കിലും
അവസാന പ്രിയം
ഏറ്റുവാങ്ങിയവർ
●

കൊടുക്കുന്ന അളവിലോ അതിന്റെ നേരിലോ തന്നെ തിരിച്ച കിട്ടണമെന്ന് ശാഠ്യം പിടിക്കാനാവാത്ത ചില ഇഷ്ടങ്ങൾ. പല പ്പോഴും നമ്മെ തോല്പിച്ച കളയുന്നവ...

പെൺ വർണ്ണങ്ങൾ

മിഴികൾ
മഹാസമുദ്രങ്ങളായത്
എന്നിൽ നീ
അസ്തമിച്ചപ്പോഴാണ്.
ആയിരം താരകങ്ങൾ
പൂത്തൊരുങ്ങിയെന്നാലും
അമാവാസി മയങ്ങുമെൻ
അകത്തളത്തിൽ
കരിമേഘങ്ങൾ
പെയ്യുകയാണ്.
ഗന്ധർവ്വരാഗത്തിന്റെ
ശീലുകൾ പാടി വന്ന.
കാറ്റിൽ, ഉണങ്ങിയ
കണ്ണീർ നനവുകൾ
വരച്ച ചിത്രം വീണ്ടും
തെളിഞ്ഞു വരുന്നു.
ഉൾക്കാടിന്റെ മനസ്സറിയാതെ
വഴി തെറ്റിയ പുഴകൾ,
ഒഴുകിയ തീരങ്ങളിലെ
കനവ് പൂക്കാത്ത മരങ്ങൾ പോലെ...
ഒരിക്കലും തളിർക്കാത്ത വിധം
കരിഞ്ഞമർന്നു പോയ
ശിഖരങ്ങളിലെ മഞ്ഞിച്ച
ഇലകൾ പോലെ...
വസന്തമെന്ന്
നിനച്ചതൊക്കെയും
ഗ്രീഷ്മത്തിന്റെ
കനൽ പൂക്കളായി

ഉള്ള്പൊള്ളിക്കുമ്പോഴും
ഓരോ പൂക്കളിലും
വെയിൽ പാളികൾ
ചാലിച്ച നിറങ്ങൾ
വിതറിയ സ്വപ്നങ്ങളിൽ
ഞാനെന്നെ മറന്നിരുന്നു
കാത്തിരിപ്പിന്റെ
അനന്തതയിൽ
നീ സമ്മാനിച്ച
ശൂന്യതയുടെ ഓരോ
നിമിഷങ്ങളും
കീറിയെടുത്ത
എന്റെഹൃദയതുണ്ടുകളിൽ
ഒരേസമയംഞാൻ
വേവുകയും പെയ്യുകയും
ചെയ്തിരുന്നത്
നീ മറഞ്ഞതിനാലോ?
അതോ നിന്റെ
സ്വപ്നങ്ങളിലെ
പെൺ വർണ്ണങ്ങളിൽ
ഒന്ന് മാത്രമാണ്
ഞാനെന്ന് അറിഞ്ഞതിൽ
പിന്നെയോ?
●

രണ്ടോ മൂന്നോ അക്ഷരങ്ങളുടെ അപ്രതീക്ഷിത കൂടിച്ചേരലിൽ
ജീവിതം ഏറ്റവും മധുരമുള്ള ബന്ധങ്ങളാൽ
മനോഹരമാകുന്നുവെന്ന് ഞാൻ തിരിച്ചറിഞ്ഞു.
ഈ ലോകത്തിലെ മുഴുവൻ ഗ്രന്ഥങ്ങൾ വായിച്ചു തീർക്കുന്ന
തിനേക്കാൾ നോവുന്ന ചില ജീവിതാനുഭവങ്ങളായിരിക്കും
ചിലപ്പോൾ ഈ സത്യം മനസ്സിലാക്കി തരുവാൻ നമുക്കേറെ
പ്രയോജനപ്പെടുന്നത്.

വായന

ചിത്രവായനയിലാണ്
ആദ്യം തുടങ്ങിയത്
കുഞ്ഞു ക്ലാസ്സിലെ
ടീച്ചർ വായന
നിർബന്ധമാക്കണമെന്ന്
ശഠിച്ചു.
പിന്നീടങ്ങോട്ട്
വായനകളുടെ
തുടർച്ചയായിരുന്നു.
ബാലസാഹിത്യം, കഥകൾ,
കവിതകൾ, നോവലുകൾ,
നിരൂപണങ്ങൾ അങ്ങനെ
അനവധി
ഗഹനവും ലളിതവും
ഇഷ്ടമുള്ളതും
അല്ലാത്തതുമായ
വായനകൾ!
ആഖ്യാനങ്ങൾ
വ്യാഖ്യാനങ്ങൾ
ഹാസ്യാവിഷ്കാരം
ജീവചരിതങ്ങൾ...
വ്യത്യസ്ത രീതിയിൽ
നോക്കാനും കാണാനും
പഠിച്ചു.

കണ്ണടകൾ മാറി
മാറി വെച്ചു.
വായിച്ചത് പലയിടത്തും
പങ്കു വെച്ചു.
പക്ഷെ ജീവിതം
വായിക്കാനാകാത്ത
പുസ്തകം പോലെ!
കണ്ണടകൾ ഊരിയെറിഞ്ഞ്
പുറംകാഴ്ചകളിലേക്ക്
മുഖമുയർത്തി.
പഠിച്ച അക്ഷരങ്ങളുടെ
അവ്യക്തതയിൽ മങ്ങി
മാഞ്ഞു പോയ
അവസാന കാഴ്ചയിലെ
ചിത്രം നിന്റേതായിരുന്നു
വായിച്ചെടുക്കാനാകാത്ത
നിന്നിൽ പുതിയ
അർത്ഥതലങ്ങൾ
തിരഞ്ഞിറങ്ങുമ്പോൾ
സ്നേഹം എന്ന
നീറ്റുന്ന മൂന്നക്ഷരത്തിന്റെ
മറക്കാനാവാത്ത
കൂടിച്ചേരൽ നീയെന്നെ
പഠിപ്പിക്കുകയായിരുന്നു
●

പ്രണയത്തിന്റെ സങ്കീർണ്ണതകളിലൂടെ കടന്നുപോകാത്തവരായി ആരുണ്ട്? വേദനിക്കുന്ന ഒരു പുഞ്ചിരിയോടെ... ആനന്ദിപ്പിക്കുന്ന ഉൾത്തുടിപ്പോടെ... മാത്രം അനുഭവിക്കാൻ കഴിയുന്ന ഏറ്റവും മനോഹരമായ ചേതോവികാരം

പ്രണയം

കർണ്ണികാരങ്ങൾ
പൂത്തുലഞ്ഞ
പുലരിയിൽ,
കളഭത്തിന്റെ ഗന്ധം
പകരും പ്രദക്ഷിണ
വഴിയിൽകാത്തു
നിന്ന ഇഷ്ടം
കന്മദത്തിൽ ചാലിച്ച്
മനസ്സിൽ തൊടുമ്പോൾ
തഴുകിയകന്നു പോയ
ഇളം കാറ്റ്
കാതിൽ മന്ത്രിച്ചത്
പ്രണയത്തിന്റെ
സങ്കീർണ്ണതകളായിരുന്നോ!
ഉള്ളിൽ മഞ്ഞു പോലെ
പെയ്തിറങ്ങുന്ന
ലാസ്യലയചാരുതയിൽ
അലസം മിഴികൾ ചിമ്മി
ഓരോ നിനവിലും
നിറങ്ങൾ ചേർത്ത്
കാറ്റിലൂയലാട്ടും
വർണ്ണ തൂവലായ്
ഗൂഢമാം ആനന്ദവും
മധുരമീ നൊമ്പരവും
ചേർന്നലിഞ്ഞ
മൗനത്തിന്റെ
ആഴക്കയങ്ങളിൽ

പിണക്കത്തിന്റെയും
ഇണക്കത്തിന്റെയും
നൂലിഴകൾ തീർക്കും
കാത്തിരിപ്പിന്റെ
തപസ്യയിൽ തെളിഞ്ഞും
കെടാതെ കെട്ടും
മുനിഞ്ഞ് കത്തുന്ന
അരുമയാം
മണിവിളക്കേ
നീയാണോ എന്നിലെ
സങ്കീർണ്ണതകൾ
നിറഞ്ഞ നീറുന്നപ്രണയം

●

മതിയായ ശിക്ഷയുടെ അഭാവത്തിൽ വർധിച്ചു വരുന്ന അതിക്രമങ്ങൾ, തിരിച്ചറിയപ്പെടാതെ ഒതുങ്ങിപ്പോകുന്ന നിലവിളികൾ ദുർബലർക്ക് നീതി ലഭിക്കാത്ത കെട്ട കാലമേ! മൂക്കിന് മീതെ മാത്രമല്ല കണ്ണുകൾക്കും കാതുകകൾക്കും വേണം കട്ടിയുള്ള മൂടികൾ. ചിലത് കാണാതിരിക്കാൻ... ചിലത് കേൾക്കാതിരിക്കാൻ, സ്വന്തം മുഖത്തിന്റെ കാപട്യം മറയ്ക്കാൻ, സഹയാത്രികന്റെ ദുഃഖങ്ങൾ കണ്ടില്ലെന്ന് നടിക്കാൻ...

മുഖംമൂടികൾ

സായന്തനത്തിലെ
കറുത്ത പക്ഷികൾ
പറന്നകന്ന വഴിത്താരയിൽ
ഒരു നനഞ്ഞ
പുഷ്പമായി ഞാൻ.
വിരൂപമായൊരു
ഓർമ്മചിത്രം പോലെ
ആകാശക്കോണിൽ
മറയാൻ തുടങ്ങുന്ന
മുകിൽ കൂട്ടങ്ങൾ.
മലഞ്ചെരിവിലെ
തണുത്ത കാറ്റിന്
മരണത്തിന്റെ
ഗന്ധമാണോ?
ഉള്ളിലുണർന്ന രോഷം
വരുവരായ്കകളുടെ
ഭീതിയിൽ സ്വരം മറന്ന ചിന്തകളായൊടുങ്ങുന്നു
കരിഞ്ഞു തുടങ്ങിയ
വയലേലകൾ പാതി
വെന്ത സ്ത്രീത്വത്തിന്റെ
ബാക്കിപത്രങ്ങൾ പോൽ!
അപഹരിക്കപ്പെട്ട
മാനത്തെ ചൊല്ലി
തേങ്ങും നീർച്ചാലുകളെ വാരിപ്പുണർന്ന്

നിറഞ്ഞൊഴുകുന്ന പുഴകൾ.
പ്രതിഷേധവും പ്രതികരണവും
നഷ്ടപ്പെട്ട് നോക്കുകുത്തികളായ
വൻമരക്കാടുകൾ!
സംരക്ഷകരുടെ
വേട്ട നായ്ക്കൾ സ്വച്ഛന്ദ
വിഹാരമാടുന്ന ഭൂമിക.
നോവിന്റെ ഗദ്ഗദങ്ങൾ
പൂക്കുന്ന രാവിന്റെ
വരവിനായ് ദീപം
കൊളുത്തി കാത്തു നിന്ന
താരക പ്പെണ്ണിന്റെ
കണ്ണിൽ വേദനകളുടെ
കനലിളക്കങ്ങളോ?
മുഖം മൂടികളേറെ
അണിഞ്ഞിട്ടും നോവിന്റെ
മുറിപ്പാടുകളുണങ്ങാത്ത
മുഖങ്ങൾ

●

നിരാശയുടെ പടുകുഴികളിൽ പതിക്കുമ്പോൾ ചിലർ ആത്മീയതയുടെ വേഷം അണിയാറുണ്ടെങ്കിലും ചഞ്ചലമായ മനസ്സിലെ പാഴ് മോഹങ്ങൾ ഇടയ്ക്കെങ്കിലും അവരുടെ സ്വൈര്യത കെടുത്താറുണ്ട്. ചിന്തകൾ ചിതകളാണ്. ആരും അതിൽനിന്നും മോചിതരുമല്ല

പാഴ് മോഹങ്ങൾ

ദലമർമ്മരങ്ങൾ
ഭഞ്ജിച്ച നിശ്ശബ്ദതയിൽ
അലഞ്ഞെത്തിയ
കാററിനോട് മരങ്ങൾ
മന്ത്രിച്ച നട്ടുച്ചയിൽ,
ഒരു പാഴ്കിനാവിന്റെ
ഭാണ്ഡവും പേറി
ആ മരത്തണലിന്റെ
പങ്കു പറ്റി
ഇരുന്നതെത്ര നേരം!
പാതി അടഞ്ഞ
കണ്ണുകളിൽ മറഞ്ഞ
പൂക്കാലം വീണ്ടും
ഉണർന്നുവോ?
കാതുകൾ കവർന്ന
മധുമാസ പൂങ്കുയിലിന്റെ
മനോഹരഗാനത്തിൽ
ഒരു പുഴ പോലെ
ഒഴുകിയ മനസ്സ്!
തുരുത്തുകൾ
തേടിയുള്ള ആ
യാത്രയ്ക്കൊടുവിൽ,
ഭിക്ഷാം ദേഹിയുടെ
കമണ്ഡലുവെടുത്ത്
കാഷായത്തിന്റെയും
രുദ്രാക്ഷത്തിന്റെയും

പാതയിൽ
ആത്മീയ ദർശനം
തേടി സർവ്വസംഗ
പരിത്യാഗിയായി
ശാന്തി മന്ത്രങ്ങൾ
ഉരുവിടുമ്പോഴും പഴയ
പാഴ് മോഹങ്ങൾ
ഭാണ്ഡത്തിൽ നിന്ന്
കലപില കൂട്ടുന്നതിന്റെ
ധ്വനികൾ ശംഖനാദം പോൽ
മുഴങ്ങി കൊണ്ടിരുന്നു
●

ചിലർ ഇല്ലാതെയാകുമ്പോഴെ അവർ നമുക്കെത്രമാത്രം
പ്രിയപ്പെട്ടവരായിരുന്നു എന്ന തിരിച്ചറിവുണ്ടാകൂ.
അവരുടെ സാന്നിധ്യം നമുക്കെന്ത് മാത്രം
വെളിച്ചമേകിയിരുന്നെന്നും...

ബാഷ്പാഞ്ജലി

ശതകോടി ജന്മം എത്ര
പാപനാശിനിയിൽ
മുങ്ങി നിവർന്നാലിറ്റ
ശാന്തി തരപ്പെട്ടും
എന്നോർത്തു വേവും
ഉൾ ബോധത്തെ
പിന്നെയും നീറ്റി
നിന്നോർമ്മകൾ!
ഇലഞ്ഞികൾ പൂക്കും
കർപ്പൂര ഗന്ധം
ചിരിക്കുന്ന രാവിതിൽ
ജാലക ചില്ലിൽ
നിഴലായ് വീണ്ടും
നീ വന്നതെന്തേ?
അലയും ആത്മാവിൻ
വേദന തുടിക്കും
സംഗീതമായ്, ഇരുൾ
പടർത്തിയ ഭീതിയായ്
നീ മാറുവതെന്തേ?
കരൾകത്തും,
മൗനം ഇടറി വീഴുമ്പോൾ
അടഞ്ഞ നിലവിളികൾ,
ഗദ്ഗദങ്ങൾ ഇനിയും
വേട്ടയാടുന്നുവോ?
ഒരു നല്ലപാതിയായ്
സ്നേഹിച്ചതില്ല ഞാൻ
കനിവും കരുതലും

നൽകിയില്ലൊട്ടുമേ
പരിഭവ പൂക്കൾ
നിറഞ്ഞ നിൻ
മിഴികളിൽ സാന്ത്വന
സ്പർശമായ്
തീർന്നില്ലൊരിക്കലും
നീ തീർത്ത ശൂന്യതയിൽ
നീ മറഞ്ഞ നിന്നിടങ്ങളിൽ
നീ പകർന്ന നിറ
ചാർത്തുകളോർത്ത്
ഏകനായ്
പരാജയമേറ്റ
വാങ്ങുന്നു ഞാൻ സഖീ
നിൻ പാദങ്ങളിൽ
ബാഷ് പാഞ്ജലികൾ
അർപ്പിച്ചിടുന്നിതാ
●

രക്തബന്ധങ്ങൾ! അതങ്ങനെയാണ്. പകുത്തും പങ്കിട്ടുമുള്ള മനോഹരബാല്യത്തിന് നിഷേധിക്കാനാവാത്ത ആത്മബന്ധങ്ങൾ. കാലത്തിന്റെ ചില തമാശകൾക്കിടയിൽ എപ്പോഴോ തീർത്തും അന്യമാക്കപ്പെട്ട പ്രിയ മുഖങ്ങൾ. ദുരഭിമാനത്തിന്റെ കുരുക്ക് മുറുകി ശ്വാസം നിലച്ച മരണം വരെ മൗനത്തിൽ തുടരുന്നവർ.

രക്തബന്ധങ്ങൾ

ഒരു പാത്രവും
ഒററപ്പായയും
പങ്കിട്ട ബാല്യത്തിന്റെ
നനുത്ത സ്മരണകൾ
ഈറനണിയിച്ച മിഴികൾ
നിദ്രയുടെ ആഴങ്ങളിൽ
ചേക്കേറുമ്പോൾ
വിരിഞ്ഞ പൂക്കൾക്ക്
രക്തബന്ധങ്ങളുടെ
മണമായിരുന്നു!
നിഷ്കളങ്കത
തുടിച്ചുയർന്ന
അനുഭവങ്ങളുടെ
നിറമായിരുന്നു!
ഒരിയ്ക്കലും
വിട്ടുകൊടുക്കാത്ത
കരുതലിന്റെ
ചന്തമായിരുന്നു!
കളിച്ചു വിയർത്ത
അമ്പല മുറ്റവും,
മുങ്ങാംകുഴിയിട്ട്
നീന്തി മത്സരിച്ച
പകലുകളും,
കുളവാഴയും ആമ്പലും
സ്വന്തമാക്കിയ

വിദ്യാലയ വഴികളും,
പ്രാർത്ഥനാനിർഭരമായ
സന്ധ്യകളും,
പൊട്ടിച്ചിരികളും
കുസൃതി നിറയും
വഴക്കുകളും
ശാസനയും കൊണ്ട്
മുഖരിതമായ ആ
കുഞ്ഞുവീടിന്റെ
ചിത്രവും മായാതെ
ഇന്നും മിഴിവാർന്നു
നിൽക്കുന്നു
കാലത്തിന്റെ
പടവുകളിൽ
കാത്തുനിന്ന
അവകാശികളും
അധികാരങ്ങളും
തൻപോരിമയും
ഊതി കെടുത്തിയ
പഴയ ആ
സ്നേഹ വിളക്കിന്റെ
തിരികൾ വീണ്ടും
തെളിയാൻ മോഹിച്ചു
എങ്കിലും ആര്? എന്ന
അബദ്ധ ചിന്ത ഓരോ
ദിനരാത്രങ്ങളിലും
പിടഞ്ഞുണർന്ന്
നിശ്ശബ്ദത പടർത്തി
●

ഉച്ചയുറക്കങ്ങൾ ചിലപ്പോൾ അങ്ങനെയാണ്
ഓരോ ഋതുക്കളിലും ജീവിതം അത്ര മേൽ മനോഹരമാണെന്ന്
ഓർമ്മപ്പെടുത്തി,ഇഷ്ടങ്ങളിലൂടെ യഥേഷ്ടം സഞ്ചരിച്ച്
മിഥ്യയോ സത്യമോ എന്ന് തിരിച്ചറിയാനാവാത്ത
മധുരമായ അനുഭവങ്ങൾ സമ്മാനിക്കുന്നവ

നിറചിന്തുകൾ

ഗ്രീഷ്മം വീശിയെറിഞ്ഞ
മണൽ കാറ്റിൽ
ചിമ്മി തുറന്ന
മിഴികളിലേക്ക്
ഒരു കൂട്ടം മൺ
തരികൾക്കൊപ്പം
നീ കടന്നുവന്നു.
മൺസ്സൂണിന്റെ
മഴ പടർന്ന
സന്ധ്യകളിൽ
നിന്റെ കുടക്കീഴിൽ
ഞാനും ചേർന്നു നടന്നു.
ഇടവപ്പാതികൾ
ഉറഞ്ഞുതുള്ളിയ
ഇടവഴികൾ
ഉലഞ്ഞ മുടിതുമ്പിലെ
തിളങ്ങുന്ന വെള്ള
ത്തുള്ളികൾ...
സ്വപ്നങ്ങൾ
കൊയ്തെടുത്ത
വസന്തങ്ങൾ
പനിനീർപൂവും
ചെമ്പരത്തിയും
നിറഞ്ഞാടിയ
ചേതോഹര വർണ്ണങ്ങൾ
മഞ്ഞവെയിലും

തുമ്പികളും
മന്ദാരപ്പൂക്കളും
തീർത്ത
വൃന്ദാവനങ്ങൾ
മേഘനാദങ്ങൾക്കൊപ്പം
ചൂളമടിച്ചെത്തിയ
തുലാവർഷ കാറ്റും
തങ്ക നൂലിനാൽ
വാനിൽ ചിത്രങ്ങൾ
നെയ്ത മിന്നലുകളും
മൽസരിച്ചാടിയ
തണുത്തു കരഞ്ഞ
രജനികളുടെ
നിഴലാട്ടങ്ങൾ.
വേലിയേറ്റത്തിൽ
മറഞ്ഞ വിലക്കപ്പെട്ട
കനികൾ പൂക്കുന്ന
മനോഹര തീരങ്ങളിൽ
മയങ്ങിയുണർന്ന
മഴവില്ല് മാഞ്ഞ
ആ ശരത്കാല
സായന്തനത്തിൽ,
ഞാനറിയുന്നു സഖീ
നിന്റെ പ്രണയം
ഇളം വെയിലൊളിച്ച
കളിച്ച ചാരുപടിയിലെ
ഉച്ചയുറക്കത്തിൻ
നിറ ചിന്തുകളെന്ന്
●

തെരുവുകൾക്ക് സ്വന്തമായ അനാഥ ബാല്യങ്ങളുടെയും കൗമാരക്കാരുടെയും ദുരിതപൂർണ്ണമായ ജീവിതം എന്നും മനസ്സിനെ വേദനിപ്പിച്ചിരുന്നു. വല്ലാതെ അസ്വസ്ഥമാക്കിയിരുന്നു.
നിരവധി രാത്രികളിൽ അതെന്റെ ഉറക്കം കെടുത്തിയിരുന്നു.
തെരുവിന്റെ സന്തതികളായത് അവരുടെ കുറ്റം കൊണ്ടല്ലല്ലോ.
ദൈവത്തോടുള്ള ആദ്യത്തെ പ്രതിഷേധം അതിനായിരുന്നു.
എന്തിന്? എന്തിനാണിങ്ങനെയൊരു വിവേചനമെന്ന്?
സ്വസ്ഥത കിട്ടാതെ ആ ചോദ്യം ഇന്നുമെന്നെ അലട്ടുന്നു.

അസമത്വങ്ങളുടെ ഉടയവൻ

നിലാവു വീണുറങ്ങുന്ന ഊടുവഴികളിൽ..
നിപൂർണ്ണവളർച്ചയെത്തിയ
ചന്ദ്രൻ പ്രിയമുള്ളതെന്തോ
തിരഞ്ഞിറങ്ങവെ
നിര തെറ്റി നിന്ന
മരങ്ങൾക്കിടയിൽ
മഞ്ഞുപെയ്യാൻ
തുടങ്ങിയിരുന്നു.
മൊട്ടക്കുന്നു കളിൽ
അലയാൻ വിധിക്കപ്പെട്ട
ശീതം വിതയ്ക്കുന്ന
നനുത്ത കാറ്റിൽ
പൂത്തുലഞ്ഞ നിശാഗന്ധികൾ
പോലും പുതച്ചുറങ്ങിയ
രാത്രിയിൽ, കനവുകളുടെ
കനമിറങ്ങിയ
മനസ്സിന്റെ പ്രതിക്കൂട്ടിൽ
വാദപ്രതിവാദങ്ങൾ
അവസാനിക്കുമ്പോഴും
പുറത്തെ ചാറ്റൽ മഴ
തോർന്നിരുന്നില്ല.
തെരുവിന്റെ പാട്ട് ഏറ്റ്
പാടിയ ആ പെൺകുട്ടി

കത്തുന്ന ഇരുട്ടിലും!
തോരാത്ത മഴയിലും!
അവളുടെ പാട്ട് വീണ്ടും
കേൾക്കുന്നുവോ?
വിപ്ലവമെല്ലാം
ഉടയവനോട് മാത്രം!
എല്ലാ
അസമത്വത്തിന്റെയും
ഉടയവൻ!
തുടർച്ചയുടെ കണ്ണികൾ
നഷ്ടപ്പെട്ട തോന്നലുകൾക്കിടയിൽ
കാലം പൂർത്തിയാക്കട്ടെ"
എന്ന് കരുതി
കാത്തുവെച്ച
ആ കവിതയുടെ
അവസാന ഭാഗം
പൂരിപ്പിക്കാൻ
ഉണരുമ്പോഴൊക്കെയും
ആരുടെയോ കരച്ചിൽ
ഉള്ളുലയ്ക്കുന്നതായറിഞ്ഞു.
●

നമ്മൾ മറന്നാലും നമ്മെ തേടിയെത്തുന്ന ചില നിനവുകൾ.
ചിരിപ്പിക്കുന്ന കരയിക്കുന്ന ചിന്തിപ്പിക്കുന്ന ചിലത്,
കാലമെത്ര കഴിഞ്ഞാലും മറക്കരുത് എന്നതാക്കീതുമായി
നമ്മിലേക്കെത്തുന്നവ.

പ്രിയതരമീ നിനവുകൾ

രാത്രിയുടെ മഴനൂലുകളിൽ
ഊയലാടി പ്രിയതരം
ഏതോ പകലോർമ്മകൾ
മിഴിയിതളുകളിൽ
ചിത്രം വരയ്ക്കുമ്പോൾ
അത്രമേൽ ഹൃദ്യമാമൊരു
ഗസലിന്റെ ഈരടികൾ
ഈണമിടുന്ന പാതിരാ
കാറ്റിൽ കന മറ്റു പോയ
ഒരു പൂവിതൾ പോൽ
ദൂരെദൂരെപറന്നുയരെ
അങ്ങകലെ നക്ഷത്ര
കൂട്ടിൽ നിന്നുമാരോ
സമ്മാനിച്ച നിറമുള്ള
ഒരു പിടി നിനവുകൾ
അവയ്ക്ക് കടും ചുവപ്പ്
നിറമാണത്രെ!
വേനലിൽ വസന്തം തീർക്കും
ഗുൽമോഹർ പോലെ
പ്രണയം കുറുകും
ഇളംപ്രാവുകളുടെ
കൊക്കുകൾ പോലെ
ഗ്രഹണം ചമയ്ക്കും
ചന്ദ്രബിംബം പോലെ
വിരഹം പാടും
രാപ്പാടിയുടെ നിറഞ്ഞു
തുവും മിഴികൾ പോലെ

വിദൂരതയിലേക്ക്
നീളുന്ന ചെമ്മൺ
പാതകൾ പോലെ
വേർപിരിയലിന്റെ
പടിവാതിലിൽ
നിൽക്കുന്ന നമ്മുടെ
ഹൃദയ രക്തം പോലെ
കടും ചുവപ്പ് നിറം
ലഹരിയുണർത്തുന്ന
കടും ചുവപ്പ്

●

എന്റെ വിഭ്രമങ്ങളിൽ ഉദിച്ച സൂര്യനും
അവന്റെ പ്രിയ സന്ധ്യയും

ഇഷ്ടം

എനിയ്ക്കിഷ്ടം
സൂര്യനെയും അവൻ
പ്രണയിച്ച സന്ധ്യയെയും!
കാത്തു നിന്ന
പുഴകളോ
വിരിഞ്ഞു നിന്ന
പൂക്കളോ
തടുത്തു നിന്ന
മലകളോ
തഴുകി പോയ
കാറ്റുകളോ
പിന്നെ ഒരുമിച്ചൊഴുകിയ
വെൺമുകിലുകൾക്ക് പോലും
തൊട്ടുണർത്താനാവാത്ത
സൂര്യൻ
ഒരു നീണ്ട പകൽ
നൽകിയ
കാത്തിരിപ്പിന്റെ
കനലിൽ വെന്തുരുകിയ
ഓജസ്സറ്റവന്റെ
പോക്കുവെയിൽ തിളങ്ങിയത്
അവളിലാണ്
ചെഞ്ചായം വാരിപ്പൂതച്ച
തുടുത്ത സന്ധ്യയിൽ!
മനോഹരിയെങ്കിലും
ഒരു ദിനത്തിന്റെ
കൊടും തപസ്സിൽ
ചുവന്നു ചുരുങ്ങി
പോയവൾ

സ്നേഹത്തിന്റെ,
പ്രതീക്ഷകളുടെ
ചിരാതുകൾ
കുങ്കുമ ഛവിയാർന്ന
നീൾമിഴികളിൽ
കരുതി വെച്ചവൾ
ഓരോ...
ശ്വാസനിശ്വാസങ്ങളിലും
ഇത്രമേൽ ഇഷ്ടം
കാത്തുവെച്ചിട്ടും
കണ്ടുമുട്ടാൻ വൈകിയ
വിധിതൻ നൈമിഷികതയുടെ
നിസ്സാരതകളെയോ ർത്ത്
പരസ്പരം
പുണർന്ന് ആഴിയിൽ
പ്രാണനൊടുക്കിയവർ!
മരണത്തിനും
വിട്ടു കൊടുക്കാത്ത
പ്രണയത്തിന്റെ
നേർക്കാഴ്ചകൾ
●

കാലം

കാലത്തിനിപ്പുറം
അടുക്ക് തെറ്റിയ
സ്മൃതികളുടെ
കടും നിറമുള്ള
ചായക്കൂട്ടുകൾ
ക്യാൻവാസിലേക്ക്
പകർത്തവെ
ചിത്രത്തിന്റെ
നിലവിളികൾ
കർണ്ണ പടങ്ങളിൽ
സംവേദനത്തിന്റെ
നെരിപ്പോട് സമ്മാനിച്ച
തിരിച്ചറിവിന്റെ രാത്രിയിൽ
കറുത്ത ഇരുട്ടിലേക്ക്
തിരിമുറിയാതെ പെയ്തു
കൊണ്ടിരുന്ന മഴയിലേക്ക്
അലിഞ്ഞലിഞ്ഞ്
ഇല്ലാതാകുവാനെന്ന
പോലെ ഞാനിറങ്ങി
നടന്നപ്പോഴും കത്തിയ
വിചാരങ്ങളുടെ ഗന്ധം
ഉയർന്നു കൊണ്ടേയിരുന്നു
●

പുഴ

എനിക്കൊരു
പുഴയാകണം
പുണ്യം കടം കൊണ്ട്
നിറഞ്ഞൊഴുകുന്ന
ഒരു നീണ്ട പുഴ
കുളിരുന്ന പുലരിയിൽ
പതിഞ്ഞൊഴുകും നേരം
കാതുകളിൽ സ്തോത്രങ്ങളും
കീർത്തനങ്ങളും വന്നു ചേരണം
കളഭം മണക്കുന്ന ഇളം
കാറ്റിന്റെ
ചുംബനങ്ങളേറ്റുവാങ്ങണം
തെച്ചിപ്പൂവിന്റെയും
തുളസിക്കതിരിന്റെയും
ഒപ്പം ഇളകി യൊഴുകുമ്പോൾ
ആ നൈർമ്മല്യം
കവർന്നെടുക്കണം
കിളിക്കൊഞ്ചലുകളിൽ
മയങ്ങിയ മരങ്ങളുടെ
സ്വകാര്യ ങ്ങൾ കേൾക്കണം
തോണിക്കാരുടെ പാട്ടിന്റെ
വിഷാദത്തിലലിയണം
സന്ധ്യയിലെ മൺചിരാതുകൾ പകർന്ന
പ്രകാശ വലയത്തിൽ
ഒരു കാമുകിയുടെ
ലാസ്യലയതാളഭാവങ്ങളോടെ
ചടുലമായൊഴുകണം
ഒരു സ്പർശനത്തിനായി
കാത്തു നിൽക്കുന്ന
മലനിരകളെ

തൊട്ടു തൊട്ടില്ലെന്ന മട്ടിൽ വന്യവശ്യതയാർന്ന്
ചിരിയ്ക്കണം.
വൃത്തങ്ങളും കുമിളകളും തീർത്ത്
പുളകിതയാക്കാനെത്തുന്ന
മഴ പെയ്ത്തുകളോടൊപ്പം
ഉന്മാദ നൃത്തം വെയ്ക്കണം
ഇരുളിന്റെ കാളിമയിൽ
എന്റെ അടിത്തട്ടിലേക്ക്
പൂത്തിറങ്ങുന്ന താരങ്ങളുടെ
തിളക്കത്തിൽ നൂറ് നൂറ്
സ്വപ്നങ്ങൾ നെയ്ത്
ശാന്തമായുറങ്ങണം.
ഒടുവിൽ സമസ്താനുഭവങ്ങളും
താണ്ടി നിന്നിലേക്കെത്തുമ്പോൾ
ഓ! എന്റെ സമുദ്രമേ
എനിക്കും ഉണ്ടാകണം
നിന്നേക്കാൾ ഒരു കഥ കൂടുതൽ,
തോറ്റുപോയില്ലെന്നറിയാൻ.
അതിനായി മാത്രം
എനിക്കൊരു പുഴയാകണം
പുണ്യം കടം കൊണ്ട്
പതഞ്ഞൊഴുകുന്ന ഒരു നീണ്ട പുഴ
●

ഓർമ്മക്കല്ലറകൾ

നിന്റെ മാറ്റമില്ലാത്ത
മനോഭാവങ്ങളാണ്
എന്റെ ചുണ്ടുകൾക്കിടയിൽ
നീണ്ട വിലങ്ങുകൾ
തുന്നിചേർത്തത്.
എവിടെയാണ് എന്റെ
വാക്കുകൾ ഇടറിയത്?
മുറിഞ്ഞ് മുറിഞ്ഞ്
ഇല്ലാതായത്?
നിർദ്ദയം നീ അവയെ
കൊന്നു
കളഞ്ഞപ്പോഴോ!
ഗതികിട്ടാത്ത അവയുടെ
ആത്മാക്കൾ വേദനിപ്പിക്കുന്ന
മൗനത്തിന്റെ
നിശ്ശബ്ദ കണങ്ങളായി
നമുക്കിടയിൽ
പറന്നു നടന്നു...
മുന്നോട്ടോട്ടിയ
ദൂരങ്ങൾക്കിടയിൽ
നീയെന്ന കൈവിളക്ക്
അണഞ്ഞപ്പോഴാണ്
അവയെ ഒരു
കല്ലറയിലടയ്ക്കണമെന്ന്
എനിക്ക് തോന്നിതുടങ്ങിയത്.
മുന്തിയ വീഞ്ഞുകൾ
നൽകി ഞാനവയെ
നിത്യതയുടെ
നിദ്രയിലേക്കയച്ചു.

ബന്ധനങ്ങളഴിഞ്ഞ്
അശാന്തിയിൽ
അലയാതിരിക്കാൻ
. വിധിപ്രകാരം വേദനയുടെ
കസവു നെയ്ത
വിഷാദത്തിന്റെ
ഞൊറികളുള്ള
നിരാശയുടെ നീല
അങ്കിയും ധരിപ്പിച്ചു.

ബലിതർപ്പണം
എന്ന പേരിൽ
ഇടയ്ക്കിടെ ഞാനാ
കല്ലറകൾ തുറക്കാറുണ്ട്
പ്രണയ പൂക്കൾ പതിച്ച
നിന്റെ ഓർമ്മ കല്ലറകൾ.
●

തീർത്തും നിഷ്കളങ്കരായ ചിലർ കുബുദ്ധികളായ
നരാധമൻമാരുടെ ചരടുവലികളിൽ പെട്ട്
അപരാധികളായി ചിത്രീകരിക്കപ്പെടാറുണ്ട്

സ്വന്തം നിരപരാധിത്വം തെളിയിക്കാൻ കഴിയാതെ തളർന്നു
പോകുന്നവരെ കുറിച്ചുള്ള എത്രയെത്ര വാർത്തകളാണ്
നിത്യവും നമുക്ക് മുന്നിലെത്തുന്നത്?

മരപ്പാവകൾ

അറിഞ്ഞു കൊണ്ട്
ചതിക്കപ്പെടുന്നതത്രേ
ദുരനുഭവങ്ങളിൽ
വീര്യമേറിയത്!
നിഴൽ നാടകത്തിന്റെ
ചരടുവലികളിൽ
നിസ്സഹായതയുടെ
നിശ്ശബ്ദതയെ
തേടുന്നവർ.
കൗശലം പിതൃസ്വത്തായ
കുറുക്കൻമാരുടെ
കൂടിയാലോചനകളിൽ
വായ മൂടിക്കെട്ടിയ
മരപ്പാവകൾ മൗനത്തിന്റെ
ആഴമളക്കുകയാണ്!
ശരിയേതുമില്ലെന്ന്
ഒരായിരം വട്ടം
ഉൾബോധം ശഠിക്കിലും
അതുറക്കെ ചൊല്ലാൻ
കെല്പില്ലാതുഴലുന്ന
വെറുംമരപ്പാവകൾ!
എതിർപ്പുകളുടെ
രോഷം തടഞ്ഞ
തൊണ്ടതടവി
തണുത്ത ജലം

കോരി കുടിച്ച
ശാന്തരാകുന്നവർ!
ഒടുവിൽ...
സചേതനയുടെ
പ്രതികരണമുയർത്തു
മ്പോഴൊക്കെയും
അറിയാതെ വീണ്ടും
പ്രതികളാക്കപ്പെടുന്ന
വേദനയുടെ
വേലിയേറ്റത്തിൽ
കണ്ണുകൾ പെയ്തു
തുടങ്ങിയിരുന്നു.
പരാജിതന്റെ
സകല വ്യഥകളും
അടയാളപ്പെടുത്തിയ
ജലരാശികളിൽ
മുങ്ങി ത്താഴ്ന്ന്
വിധിയാണ് വിധി
എന്നുരഞ്ഞു
തളരുമ്പോൾ
നിസ്സാരതകളുടെ
ഭാരക്കുറവിലേക്ക് വീണ്ടും
ഉയർത്തപ്പെടുകയായിരുന്നു

●

മൗനം

ഉള്ളുരുകുന്ന
മൗനത്തേക്കാൾ
വലുതായി മറ്റൊരു
ലഹരിയും ഇല്ലെന്ന്
തോന്നിയിട്ടുണ്ടോ?
അവഗണനയുടെ
പകപോക്കലിന്റെ
പരാജയങ്ങളുടെ
ക്രൂരമ്പുകൾ
ഏറ്റുവാങ്ങുമ്പോൾ
നീണ്ട മൗനത്തിലേക്ക്
വഴുതി വീണിട്ടുണ്ടോ?
പ്രാണനായി
കരുതിയവരുടെ
മൗനം മുറിവേല്പിച്ച
ഹൃത്തിൽ നിന്നും
ഓർമ്മകളുടെ വെളുത്ത
പൂക്കൾ സുഗന്ധം
പടർത്താറുണ്ടോ?
ചുണ്ടിൽ നിന്നുംവഴുതി
വീഴാനൊരുങ്ങുന്ന
സങ്കട കുരുവികളെ
കടുത്ത മൗനത്താൽ
കൂട്ടിലടച്ചിട്ടുണ്ടോ?
മൗനമായിരിക്കുമ്പോഴും
മനസ്സ് വിഷാദഗീതങ്ങൾ
മൂളി ഒരിയ്ക്കലും
നടക്കാത്ത സ്വപ്നങ്ങളിൽ
മയങ്ങിയിട്ടുണ്ടോ?

വെറുതെയല്ല
മാമുനികൾ
തപസ്സെന്ന പേരിൽ
മൗനത്തെ പ്രണയിച്ചത്!
●

ദൈവങ്ങളും മനുഷ്യരും

അന്തിയിലെ
ഉഴിഞ്ഞിടലും
ഓതി കെട്ടലും
ഊതി തുപ്പലും
ഇനിയും നമുക്ക്
മറക്കാം
നേർച്ചകളും
കാഴ്ചകളും
വഴിപാടുകളും
അഞ്ജലികളും
തുലാഭാരവും
കാറ്റിൽ പറത്താം
കല്യാണം മുടക്കികളായ
ചൊവ്വകളില്ലാതെ.
ദശാസന്ധികളുടെ
പിടിവാദങ്ങളില്ലാതെ
പ്രതീക്ഷയുടെ കൈത്തിരിയും
വിശുദ്ധിയുടെ
വെളിച്ചവുമേന്തി
നാളെയെ വരവേൽക്കാം
ഉണ്ണാതെയും
ഉടുക്കാതെയും
കാര്യസാധ്യത്തിന്
കൈക്കൂലി വാങ്ങാതെയും
നിശ്ശബ്ദരായ്
നിലകൊള്ളുന്ന
മൂകസാക്ഷികളാണ്
ഞാൻ കണ്ട
ദൈവങ്ങൾ സർവ്വതും!

സൃഷ്ടികൾ
പക്ഷഭേദങ്ങൾ
കൊണ്ടലങ്കരിച്ചവർ
സമത്വം കാംക്ഷിച്ചീടുമോ?
മണ്ണും ജലവും
എണ്ണയും നിറഞ്ഞാടുന്ന
രോഗശാന്തി
കച്ചവടങ്ങൾ
അന്ധവിശ്വാസത്തിന്റെ
ഇന്ധനം നിറച്ച
വിശുദ്ധ യന്ത്രങ്ങൾ
ഉപജീവനത്തിന്റെ
വഴികൾ തേടുന്ന
ഏലസ്സുകളും ചരടുകളും
വിദ്യാസമ്പന്നരെ
വിഡ്ഢികളാക്കുന്ന
പൂജാ മന്ത്രണങ്ങൾ
ഹാ! നവകേരളമേ
ഇനിയും...
ഉറക്കമുണരൂ.
നന്മയും തിന്മയും
സുഖവും ദുഃഖവും
ആദരവും അനാദരവും
മാറി വരുന്ന
ഋതുക്കൾ പോലെ
വരവേൽക്കുമ്പോൾ
നാം മനുഷ്യരാവുന്നു.
എല്ലാ അർത്ഥത്തിലും
പരിപൂർണ്ണരായ
പച്ച മനുഷ്യർ.
●

*"അതു വെറും തോന്നലല്ലേ" എന്ന വാചകം നമ്മുടെ
സംഭാഷണങ്ങളിൽ ഇടയ്ക്കിടെ കടന്നുവരാറുണ്ട്.
ശരിക്കും ഈ തോന്നലുകൾ വെറുതെയാണോ?
ചില തോന്നലുകളില്ലെങ്കിൽ നമ്മൾ മരണതുല്യരാണെന്ന്
അനുഭവപ്പെട്ടിട്ടുണ്ടോ?*

തോന്നലുകൾ

അക്ഷരങ്ങൾക്ക്
അപ്പുറത്തുള്ള നിന്നെ
ആദ്യ തോന്നലിൽ
തന്നെ മനസ്സിൽ
വരച്ചിട്ടു...
പിന്നീടുള്ള ഓരോ
ദിനങ്ങളിലും
നീ എന്നെ സ്നേഹിച്ചിരുന്നു
എന്നതും എന്റെ മാത്രം
തോന്നലായിരുന്നോ?
നേരമ്പോക്ക് എന്ന
തിരിച്ചറിവുണ്ടായിട്ടും
ഇത്തിരി സ്വപ്നങ്ങളിൽ
ഒത്തിരി മോഹങ്ങളിൽ
ഒരു പിടി നോവുകളിൽ
അങ്ങനെ ഒരായിരം
തോന്നലുകളിൽ
ആടിയുലഞ്ഞിരുന്നു.
ഈ തോന്നലുകൾ
എന്റെ ഊന്നുവടികളായിരുന്നു.
വീണു പോവുമെന്ന്
കരുതിയപ്പോഴൊക്കെ
ഈ തോന്നലുകളെ
ഞാൻ മുറുകെ പുണർന്നു.
സമാന്തര ശ്രേണിയിൽ
നീ സഞ്ചരിക്കുന്നു
എന്നറിഞ്ഞതിൽ

പിന്നെ തോന്നലുകൾ
എന്നിൽ ഭാരമായി.
വറ്റിയ പ്രണയ
കടൽ തീരത്തൊറ്റ
ക്കിരിയ്ക്കുമേതോ
ഭ്രാന്തന്റെ ഇഴ
മുറിഞ്ഞൊരോർമ്മ
ച്ചുടി പിരിയാനൊരുങ്ങവേ
വേർപാടുകളുടെ
വേദന നിറഞ്ഞ
തോന്നലുകളിൽ
ഞാൻ വീണ്ടും വീണ്ടും
മരണപ്പെട്ടു!
ഉപാധികളില്ലാതെയാണ്
സ്നേഹിക്കേണ്ടതെന്ന്
ആരോ ഉള്ളിൽ
മന്ത്രിക്കുന്നെങ്കിലും
എന്റേത് മാത്രമാണ് എന്ന തോന്നലുകളിൽ
മറ്റെല്ലാം മാഞ്ഞുപോവുന്നു.
മരണത്തിലും നീയെന്ന
തോന്നൽ എന്നിലുണ്ടാവും.
വിരഹം തീർത്ത
തോന്നലുകളിൽ
ഞാനെരിഞ്ഞടങ്ങു
മ്പോഴെന്റെ നിദ്രയും
മറഞ്ഞിരുൾ വീഴ്ത്തുന്നു
"എന്നും കൂടെയുണ്ടാവും"
എന്ന വാക്കുകൾ
എന്നിൽ ശൂന്യത
തീർക്കുന്നുവെങ്കിലും
കൂടെയുണ്ട് എന്ന
തോന്നലുകൾ
വീണ്ടുമെൻ
അധരങ്ങളിൽ ചിരി
പടർത്തുന്നു

●

ലാസ്യം

കിളികളുടെ പാട്ടിൽ
എന്റെ മുറിഞ്ഞു പോയ
സ്വപ്നത്തിന്റെ
തണുപ്പം
അപൂർണ്ണമായ
മോഹങ്ങളുടെ
വേദനയും ഞാനറിഞ്ഞു
നിലാവിന്റെ ചിരിയും
മുകിൽക്കൂട്ടത്തിന്റെ
തിടുക്കവും മഞ്ഞിന്റെ
വിശുദ്ധിയും തുടിക്കുന്ന
പുതിയ പാട്ടുതേടി
അലയുമ്പോഴും പഴയ
ഈരടികൾ എന്നെ
വിഴുങ്ങി കൊണ്ടേയിരുന്നു
പുതുമയുടെ താളത്തിൽ
ചുവടുവെച്ച് മഞ്ചാടി
മലയിറങ്ങുമ്പോൾ
താഴ്‌വര പെറ്റ
വയലുകളുടെ ഗീതം
പുഴയുടെ ആദ്രത
പടർന്ന വെയിലിൽ
നൃത്തമാടിയ
യൂക്കാലിമരങ്ങളുടെ
ചൂളം വിളികൾ
അടുത്തെവിടെയോ
പൂങ്കുയിൽ വീണ്ടും പാടി
ലാസ്യം പൂക്കുന്ന
ആ പഴയ പാട്ട്

●

ബന്ദികൾ

ഒരുപാട്
ആലോചനകൾക്ക്
ഒടുവിലാണ്
മുഖപുസ്തകത്തിൽ
നിന്നൊരു സൗഹൃദം
കണ്ടെത്തിയത്.
പരിചയപ്പെടലിന്റെ
ആകാംക്ഷയിലും
പിണക്കത്തിന്റെ
പരിഭവങ്ങളിലും
അക്ഷരങ്ങൾ
ഇഴഞ്ഞു നടന്നു.
മരണപ്പെട്ട
ഇന്നലെകളുടെ
വേദനകളും
ഇന്നിന്റെ പ്രതീക്ഷകളും
പങ്കിടുന്നതോടൊപ്പം
പരിമിതികളോർത്ത്
പരിധി വിടാത്ത
നല്ല ചങ്ങാതിമാർ
മാത്രമെന്ന്
ഇടയ്ക്കിടെ സ്വയം
ബോധ്യപ്പെട്ടു.
ഒടുക്കം...
ശുഭദിനത്തിലും
ശുഭ രാത്രിയിലും
മതിവരാതെ
കാലവും നേരവും
മറന്ന അക്ഷര

പെരുമഴയിൽ സ്വയം
നഷ്ടപ്പെട്ടുന്നുവെന്ന
തിരിച്ചറിവിന്റെ കനത്ത
നിശ്ശബ്ദതയിൽ
ആ സൗഹൃദം
മുഖ പുസ്തകത്തിൽ
നിന്നും മാഞ്ഞുവെങ്കിലും
നോവുന്ന പ്രണയം
മനസ്സുകളെ
ബന്ദികളാക്കിയിരുന്നു

●

കാഴ്ച

ഉറക്കത്തിലാണ്
നീയവരെ
കൊണ്ടുപോയത്.
കിനാവുറങ്ങിയ
കൺപീലികളിൽ
മണൽ പറ്റിയിരുന്നു.
ചുണ്ടിലെ
ചെറു പുഞ്ചിരി
മാഞ്ഞിരുന്നില്ല.
അമ്മയെ ചുറ്റിയ
കുഞ്ഞി കൈകൾ
ഒന്നയഞ്ഞതു
പോലുമില്ല.
മണ്ണുമാന്തി യന്ത്രത്തിൽ
കൊരുത്തുയർന്ന ആ
അമ്മയേയും
കുഞ്ഞിനേയും
കാണേണ്ടെന്ന്
കരുതിയാവും
എന്റെ കണ്ണുകൾ
കായലുകളായി
കാഴ്ച മറച്ചത്.
അതിൽ പിന്നെ
മഴകൾക്കു വേണ്ടി
ഞാൻ കാത്തു
നിന്നിട്ടില്ല!
പുഴകളും മലകളും
അതിരിടുന്ന
ഗ്രാമീണ സൗന്ദര്യം

അലങ്കരിച്ച
വീട്ടുകൾ എന്റെ
സ്വപ്നത്തിൽ
കടന്നുവന്നതുമില്ല!

●

നിരന്തരമായ രൂപാന്തരപ്രക്രിയകൾ കൊണ്ട് കഠിനമാകുന്ന മഹാവ്യാധിയോട് പൊരുതുമ്പോഴും നാളെ ആർക്കെല്ലാം ചീട്ട് വീഴുമെന്ന ആധിയിൽ മോഹങ്ങളും മുഖവും മൂടി നമ്മളോരോരുത്തരും കാത്തിരിക്കുന്നു

ചീട്ട്

ഇരുളിൽ പതുങ്ങുമീ
കുന്നിൻ മേൽ കയറി
ഞാൻ തിരയും വിളക്കെങ്ങ്?
സൂര്യനിൽ കൊളുത്തുവാൻ!
നീളുന്ന കരുതലിൻ
തടങ്കൽ നാൾ വഴിയിൽ
പിഴച്ച കണക്കുകൾ
ജീവിത താളങ്ങളും
കാലമേ നീയെനിക്കായ്
കരുതി വെച്ച വിഷ-
കനികളൊക്കെയും ഞാൻ
ഭുജിച്ച മടങ്ങട്ടെ!
' മാധുര്യമേറെ തന്ന
പ്രണയം മാത്രമെന്റെ
ആത്മാവിൻ അലിഞ്ഞതും
ഒട്ടു ഞാനെടുക്കട്ടെ!
ചരിപ്പാനത്രേ ദൂരം
ചക്രവാളത്തിൻ മീതെ
ചിരിപ്പാനില്ല നേരം
മറഞ്ഞു വെൺമുത്തുകൾ.
ഘോരമാം നിനവുകൾ
മേവുന്ന മനമെങ്ങോ
വേറിട്ടു പോകുന്നേതോ
പക്ഷിയായ് പറക്കുന്നോ
നീർത്തടം നിറഞ്ഞില
കലങ്ങി ചുവന്നീല
വിതറും ആർദ്രതയിൽ

ചിതറി ചിന്തകളും
മെച്ചമീനിലത്തിലെ
തുച്ഛമാം നിമിഷങ്ങൾ
പച്ചയാം പുല്പുറങ്ങൾ
കണ്ടെത്താൻ തുടങ്ങവെ
“പുഴക്കരത്തേറ്റ ഭാഗ്യം”
ചിലച്ച കുറത്തിയും
പതറിപ്പറന്നുവോ
ചീട്ടുമായ് തത്തപ്പെണ്ണും
●

മാപ്പുസാക്ഷികൾ

വർഷങ്ങൾക്കു ശേഷം
വീണ്ടും ഞാനീ
കടൽക്കരയിൽ!
ഓടിയെത്തിയ തിരകൾ
നീയില്ലെന്നറിഞ്ഞ് ഒരു
നിലവിളിയോടെ
തിരിച്ചു പോയി
പതുക്കെ വന്ന്
നിന്റെ ഓർമ്മകൾ
എന്നിലേക്ക് പറത്തിയിട്ട
കടൽക്കാറ്റിനും
എന്നോട് പകയാണ്
അസ്തമയ സൂര്യന്റെ
തീക്കനൽ കണ്ണുകൾ
എന്നെ ദഹിപ്പിക്കും പോലെ
മണൽത്തരികളുടെ
മുറുമുറുപ്പിലുമുണ്ട്
കൊടിയ കുറ്റപ്പെടുത്തലുകൾ
കടലോളം സ്നേഹിക്കുന്നുവെന്ന
നിന്റെ വാക്കുകൾ
ഓർത്താവാം കടലിങ്ങനെ
ഇരമ്പുന്നത്
കടപ്പാടിന്റെയും
സ്നേഹത്തിന്റെയും
വേദനകളുടെയും
കണക്കെടുപ്പിൽ തണലേകി തരിച്ചു
നിന്നിരുന്ന ഓക്ക് മര
ങ്ങളുടെ മൗനവുംഎന്നെ
നൊമ്പരപ്പെടുത്തി

എല്ലാം പറഞ്ഞ്
അവസാനിപ്പിക്കും നേരം
കൺകോണുകളെ
ചുവപ്പിച്ച സന്ധ്യയുടെ
മുഖവും കറുത്തു തുടങ്ങി
താരകങ്ങളില്ലാത്ത മാനം
ഇരുട്ട്കൊണ്ടെന്നെ
ഭയപ്പെടുത്തുന്നു
നീ തനിച്ചു വരുമ്പോഴും
എനിക്കു വേണ്ടി ഇവരി
ങ്ങനെ നിഷേധികളാകാറുണ്ടോ?
പ്രണയിച്ചവരേക്കാൾ
വിരഹത്തിന്റെ നൊമ്പരങ്ങൾ
ഏറ്റുവാങ്ങിയ മാപ്പുസാക്ഷികൾ
●

സ്നേഹത്തിന്റെ തിരുമുറിവുകൾ

ഒരിയ്ക്കൽ
സ്നേഹിച്ചതി'ന്റെ
മുറിപ്പാട്
ഉണങ്ങാത്തതിൽ
പിന്നെ അവൾ
സ്നേഹത്തിന്
പിന്നാലെ പോയിട്ടില്ല.
സ്നേഹം എന്ന്
കേൾക്കുമ്പോഴൊക്കെ
മുഖം ഒരു പ്രത്യേക
രീതിയിൽ കോട്ടി
തികഞ്ഞ പുച്ഛത്തിന്റെ
വികൃതമായ ചിരി
ചുണ്ടിൽ വരുത്തും.
ആരെയും താൻ
സ്നേഹിക്കുന്നില്ലെന്ന്
ഇടയ്ക്കിടെ അവൾ
ആണയിട്ട്
ഉറപ്പിക്കുമായിരുന്നു.
സ്നേഹം വന്നെത്തുന്ന
വഴികളെല്ലാം ഭദ്രമായി
അടച്ചുറപ്പാക്കാൻ
അവൾ വല്ലാതെ
തിടുക്കപ്പെട്ടിരുന്നു.
വെറുപ്പായിരുന്നവൾക്ക്
ഉള്ളു തൊടാതെ
സ്നേഹിക്കുന്നവരോട്
സ്നേഹത്തിന്റെ

പേരിൽ മധുരവാക്കുകൾ
മൊഴിയുന്നവരോട്
ഒരു പാട്ടു പേരെ
ഒരേ സമയം
ഒരേ പോലെ
സ്നേഹിച്ചവരോട്
സ്നേഹം എന്ന
വാക്കിനോട് തന്നെ
അവൾ മുഖം
തിരിഞ്ഞു നിന്നു.
സ്നേഹത്തിന്റെ
ഒരു കടൽ ഉള്ളിൽ
തിരയടിക്കുമ്പോഴൊക്കെയും
കണ്ണുകളിൽ ശൂന്യത
നിറച്ച പൊള്ളലേറ്റ
സ്വപ്നങ്ങളുടെ
നിലവിളി പോൽ
വിളറിയ ചിന്തകൾ
അവളെ തളർത്തിക്കളഞ്ഞു...
ജീവിതത്തിന്റെ
വേദനിപ്പിക്കുന്ന
ചില ഒളിച്ചുകളികളിലേക്ക്
മനോഹരമായ ചില
കള്ളത്തരങ്ങളിലേക്ക്
ചൂഴിഞ്ഞു നോക്കി
സ്നേഹത്തിന്റെ
തലയിൽ തൊട്ടവൾ
സത്യം ചെയ്തു.
ഇനിമേൽ ആരെയും
ഇത്രകണ്ട് സ്നേഹിക്കില്ലെന്ന്
ഇപ്പോഴും താൻ ആരെയും
സ്നേഹിക്കുന്നില്ലെന്ന്
പണ്ടും താൻ ആരെയും
സ്നേഹിച്ചിരുന്നില്ലെന്ന്
●

സ്വന്തം കാര്യം എന്ന സ്വാർത്ഥ നയം എത്രമാത്രമാണ് നമ്മെ ചെറുതാക്കുന്നത്. മൂർച്ചയേറിയ തൂലികകൾ വായനക്കാരെ ആവേശം കൊള്ളിച്ച ഒരു കാലഘട്ടം ഉണ്ടായിരുന്നു. അനീതികൾ കണ്ടും കേട്ടും അനുഭവിച്ചും പ്രതികരിച്ചും മടുത്ത തൂലിക തുമ്പുകൾ ഇന്ന് മൗനത്തിന്റെ ഇടനാഴിയിൽ ആത്മഹത്യകൾ അടയാളപ്പെടുത്തി നിശ്ശബ്ദരാവുന്നുവോ?

ഇവൾ... മരിച്ചവൾ!

എന്റെ തൂലിക
മരിച്ചിരിയ്ക്കുന്നു
വിവരമറിഞ്ഞ
നിരൂപക നേത്രങ്ങൾ
അവളെ പോസ്റ്റ്മോർട്ടം
മേശയിലേക്കെറിഞ്ഞ്
തണുത്തനഗ്നതയുടെ
റിപ്പോർട്ട് ഇങ്ങനെ
എഴുതി തുടങ്ങി...
അടഞ്ഞ കണ്ണുകളിൽ
ഒരു കൂട്ടം അക്ഷരങ്ങൾ
ഇപ്പോഴും
പുറത്തേക്ക് തുറിച്ച
നോക്കും പോലെ
ആർക്കെങ്കിലും
എപ്പോഴെങ്കിലും
എന്തെങ്കിലും
മതിയായിട്ടുണ്ടോ?
ചുരുട്ടി ഉയർത്തിയ
മുഷ്ടിയ്ക്കൊപ്പം
അത്യുച്ചത്തിൽ
അലറിവിളിച്ച
നാവുകൾ
പൂട്ടപ്പെട്ടിരിക്കുന്നു
നിയമത്തിന്റെ

ഊരാക്കുടുക്കിൽ
തൂങ്ങിയാടുന്ന
നീതി കണ്ട്..
പരിഹസിക്കപ്പെടുന്ന
സത്യങ്ങൾക്ക്
പണമില്ലെന്നോർത്ത്..
ദൈവത്തെ
ഒരായിരം തവണ
തൂക്കിലേറ്റണമെന്ന്
ഊന്നിയുറപ്പിച്ച ആ
ചേതന നീലിച്ചിരുന്നു.
ഭയപ്പാടിന്റെ
നിലവിളികൾ
പ്രതിധ്വനിച്ച
വനാന്തരങ്ങളിൽ
ഒറ്റപ്പെട്ടു
പോയവന്റെ
ഹൃദയമിടിപ്പ്
കേട്ടവനെന്നപോൽ
ചെവികൾ
ചകിതമായിരുന്നു.
മഴയും പ്രണയവും
ഒഴിയാതെ പെയ്ത
സ്വപ്നങ്ങളിൽ
തുടിച്ച ഹൃദയം
വ്യഥകളുടെ
മിന്നലുകളിൽ
വെന്തുടഞ്ഞിരുന്നു.
പകച്ച കാഴ്ചകളുടെ
ചുട്ടുപഴുത്ത
സഹാറയേക്കാൾ
തപിക്കുന്ന ചോരപ്പുഴകൾ
കുത്തിയൊലിക്കുന്ന
നയാഗ്രകൾ തീർത്ത
വ്രണിത വികാര

സ്പർദ്ധ നീറും
എഴുതാ കഥകളുടെ
ഏടുകൾ നീണ്ട
വിരലഗ്രങ്ങളിൽ
ഉറങ്ങുന്നുണ്ട്...
അരുതെന്ന് ഭയം
വിലക്കിയ
തൊണ്ടയിൽ
ഇനിയും
പാടേണ്ട പാട്ടുകൾ
വിദഗ്ദമായി
അമർന്നിരുന്നു.
അവഹേളനത്തിന്റെ
വെയിൽ മുറ്റിയ
മരുഭൂമികളിൽ
തണുത്ത ജീവജലം
തേടിയ പാദങ്ങൾ
ഓട്ടത്തിനിടെ
അപഥ സഞ്ചാര
വീഥികളിലെ
മരുപ്പച്ചകളിൽ
കുടുങ്ങിയിരുന്നു.
അവസാനത്തെ
അടിക്കുറിപ്പിൽ
ഇപ്രകാരം അവർഎഴുതി
ചേർത്തിരുന്നു...
വയ്യ! ഇവൾക്കൊട്ടുമേ
ജീവിച്ചിരിക്കാൻ
ഇനിയുള്ള കാലം!
എഴുത്തിന്റെ
കനൽ വഴികളിൽ
കരളുരുകി
കുഴഞ്ഞുവീണു
മരിച്ചവൾ
ഇവൾ
●

www.ingramcontent.com/pod-product-compliance
Lightning Source LLC
LaVergne TN
LVHW040029051026
849525LV00003B/1035
* 9 7 8 9 3 5 5 1 7 3 5 8 4 *